மா ஜியான் (பி. 1953) சீனாவில் க்விங்டாஓ எனும் ஊரில் பிறந்தார். இவருடைய நாக்கை நீட்டு (ஸ்டிக் அவுட் யுவர் டங்) என்னும் இந்தக் கதைத் தொகுப்பு 1987ஆம் ஆண்டு வெளியானது. இதன் எதிர்வினை சீன அரசு மா ஜியானின் எந்தவொரு நூலையும் அந்நாட்டில் வெளியிடக்கூடாது என்று நிரந்தர தடைவிதிப்பதற்குக் காரணமாக அமைந்திருக்கிறது. மா ஜியானின் நூல்களுள் ரெட் டஸ்ட் (செம்புழுதி, 2001) தாமஸ் குக் பயணநூல் விருதைப் பெற்றுத் தந்தது; பெய்ஜிங் கோமா (பெய்ஜிங்கின் உணர்விழந்தநிலை) 1989ஆம் ஆண்டு நிகழ்ந்த தியானமன் சதுக்க நிகழ்வை விவரிக்கிறது; த நூடுல் மேக்கர் (நூடுல் செய்பவர்), த டார்க் ரோட் (இருண்ட சாலை) ஆகியவை புகழ்பெற்றவை.

ஃப்லோரா ட்ரூ இந்தச் சிறுகதைத் தொகுப்பு உள்பட மாஜியானின் ஐந்து ஆக்கங்களை சீன மொழியிலிருந்து ஆங்கிலத்தில் மொழி பெயர்த்துள்ளார். இவர் லண்டன் பல்கலைக்கழகத்தின் ஆஃப்ரிக்கா மற்றும் கீழைநாட்டு ஆய்வுத்துறையில் சீனமொழியை முறையாகப் பயின்றவர். தொலைக்காட்சித் துறையிலும் திரைத்துறையிலும் பணிபுரிந்திருக்கிறார். கணவர் மா ஜியானுடன் தங்களுடைய நான்கு குழந்தைகளோடு தற்போது மேற்கு லண்டனில் வசிக்கிறார்.

எத்திராஜ் அகிலன் இந்தக் கதைத் தொகுப்பை ஆங்கிலத்திலிருந்து தமிழில் மொழிபெயர்த்திருக்கிறார். ஈரோடு வாசவி கல்லூரியில் ஆங்கிலப் பேராசிரியராகவும் முதல்வராகவும் பணியாற்றி ஓய்வு பெற்றவர். துருக்கி நாவலாசிரியர் அஹமத் ஹம்தி தன்பினார் எழுதிய நாவலை ஆங்கிலத்திலிருந்து தமிழில் நேர நெறிமுறை நிலையம் என்னும் தலைப்பில் மொழிபெயர்த்திருக்கிறார். பல இலக்கிய இதழ்களிலும் இணைய இதழ்களிலும் இவருடைய மொழிபெயர்ப்புக் கட்டுரைகள் வெளிவந்துள்ளன. தற்போது பவானியில் வசிக்கிறார்.

நாக்கை நீட்டு

மா ஜியான்

தமிழில்

எத்திராஜ் அகிலன்

அடையாளம்

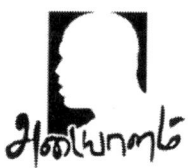

முதல் பதிப்பு 2018

©தமிழ்மொழிபெயர்ப்பு: அடையாளம்

வெளியீடு: அடையாளம், 1205/1 கருப்பூர் சாலை, புத்தாநத்தம் 621310, திருச்சி மாவட்டம், இந்தியா, தொலைபேசி: 04332 273444

நூல் வடிவம்: த பாபிரஸ், அச்சாக்கம்: அடையாளம் பிரஸ், இந்தியா

ISBN 978 81 7720 303 5

விலை: ₹ 90

Naakkai neettu is the Tamil translation of *Stick Out Your Tongue* in English by Ma Jiyan, Translated by Akilan Ethiraj, Published by Adaiyaalam, 1205/1 Karupur Road, Puthanatham 621310, Thiruchirappalli District, Tamilnadu, India, email: info@adaiyaalam.net

நன்னனுக்கு

பொருளடக்கம்

1. நீலவானும் அந்தப் பெண்ணும் — 1
2. துரோல்முலா ஏரியின் புன்னகை — 20
3. எட்டு நச்சுப்பற்கள் கொண்ட கரப்பான் — 35
4. பொன்மகுடம் — 49
5. தீட்சையின் கடைநிலை — 62
   பின்னுரை — 80

1

நீலவானும் அந்தப் பெண்ணும்

ஐந்தாயிரம் மீட்டர் உயரத்திலிருக்கும் கம்பாலா மலைப் பாதையில் எங்கள் பேருந்து முக்கி முனகி ஏறி நிறுத்தத்துக்கு வந்தது. எங்களுக்குப் பின்னால், மலையடிவாரத்தில் ஒரு சில இராணுவ ஊர்திகள் இன்னமும் ஏற முடியாமல் போராடிக் கொண்டிருந்தன. மலையுச்சியில் இருந்த பாறைகளிலிருந்தும் வழிபாட்டுக் கற்களிலிருந்தும் விலகி, அருவி பாய்ந்து உருவாகியிருந்த பள்ளத்தாக்கின் கீழ்ப்பகுதிக்கு மேகங்கள் இறங்கியவுடன் யம்த்ரோக் ஏரி பார்வைக்குப் புலனாகியது. நீலவானைப் பிரதிபலித்த ஏரியின் நீர்ப்பரப்பு, தொலைவில் சூழ்ந்திருந்த பனிமூடிய மலைமுகடுகளைத் தலைகீழாகக் காட்சிப் படுத்திய அழகைக் கண்ணுற்ற போது கைகளுக்குள் யாரையாவது ஏந்திக்கொள்ளும் ஏக்கம் எனக்குள் நிறைந்தது. இது திபெத்தின் மையப் பகுதிக்கு இட்டுச் செல்லும் மலைப்பாதை.

லாசாவில் தங்கியிருந்த ஒரு மாதத்தில், பல புராதன புத்த விகாரங்களுக்கும் புண்ணியத்தலங்களுக்கும் சென்று வந்தேன். ஆனால் அடிக்கடி சென்றது ஜோக்காங் ஆலயத்துக்குத்தான். திபெத்திய பௌத்தத்துக்கு ஜோக்காங் மிகவும் போற்றுதற்குரிய வழிபாட்டுத் தலம். தங்களுடைய இகலோகத் துயர்களுக்கு முடிவு வேண்டியும், மறுபிறப்பில் வளம் வேண்டியும், பிரார்த்தனைச் சக்கரங்களில் நூற்றபடியே, ஒரு நீரோடை போல தொடர்ந்து, அந்தக் கோவிலின் பிரகாரங்களை யாத்ரீகர்கள் வலம்வந்தபடியே இருப்பார்கள். தேர்ந்த தடகள வீரர்களை நினைவுக்குக் கொண்டுவரும் வகையில், ஆலய வாயிலின் முன்பாகக் கூட்டம் நெடுஞ்சாண் கிடையாக விழுந்து, கைகூப்பியபடியே எழும். எழுந்த வேகத்தில் மீண்டும் நெடுஞ்சாண்கிடையாக விழும். இது போன்ற பக்திப் பரவசம் அயல்நாட்டுப் பயணிகளை ஈர்த்திழுக்கும். என்றாலும் விண்ணடக்கம் இதைவிடவும் அதிக ஆர்வத்தைக் கிளப்பக்கூடியது.

லாசாவில் தங்கியிருந்த போது, கையில் புகைப்படக் கருவியுடன், விண்ணடக்கத் தலங்களுக்கு நான் நடந்தே சென்று பார்த்திருக்கிறேன். ஆனால் ஒருமுறைகூட விண்ணடக்கத்தை நேரில் பார்க்கும் வாய்ப்புக் கிட்டியதில்லை. நான் அங்கே சென்று பார்க்கும் போது அடக்கம் முடிந்திருக்கும். இல்லையென்றால், இறந்தவர்களின் உறவினர்கள் நான் வருவதை வெகு தூரத்திலிருந்தே பார்த்துவிட்டு, ஒதுங்கிப் போய்விடும்படி எச்சரிப்பார்கள். சில நேரங்களில் அவர்கள் என்னை நோக்கிக் கற்களை எறிவதும் உண்டு. ஒவ்வொரு முறையும் மனம் வெம்பித் தளர்ந்து லாசாவுக்குத் திரும்புவேன்.

திபெத்தியர் யாராவது இறந்துவிட்டால், அவருடைய உறவினர்கள் சடலத்தை மூன்று நாள்களுக்கு வீட்டில் வைத்திருப்பார்கள். பிறகு அதை அவர்கள் விண்ணடக்கம் செய்யும் தலத்துக்கு எடுத்துச் செல்வார்களாம். அப்படி எடுத்துச் செல்லும் போது தாங்கள் செல்லும் பாதையில், மிகவும் கவனமாக, திரும்பிப் பார்க்காமல் நடப்பார்களாம். இவை எல்லாம் எனக்குக் கேள்வி ஞானம். கிராமத்தின் எல்லைப்புற வாயில்களை அடைந்துவிட்டால் அல்லது குறுக்குத் தெருக்களைக் கடக்கும் போது, தரையில் மண் பானைகளை அடித்துச் சிதறவிடுவார்கள். இது இறந்தவரின் ஆன்மா மீண்டும் திரும்பி வந்துவிடக்கூடாது என்பதற்காக.

விண்ணடக்கத் தலத்தில், விண்ணடக்கத்தை நடத்தித் தர ரோகியபாஸ் எனும் பிரேத வெட்டியான்கள் காத்திருப்பார்கள். ஜூனிப்பர் எனும் (உதிராத ஊசியிலைகளைக்கொண்ட) ஒருவகை புதர்ச் செடியைக் கொளுத்தி, நறுமணத்தைச் சூழவிட்டுக் கொண்டிருப்பார்கள். வசதியான குடும்பங்களாக இருந்தால், வேத நூல்களிலிருந்து பாடல்களைப் படித்து, புத்த சாம்ராஜ்ஜியத்தின் முதுகணாளர்களோடு தொடர்புகொண்டு, இறந்தவரின் நற்பண்பு களையும் சாதனைகளையும் எடுத்துக்கூற, ஒரு மத குருவை ஏற்பாடு செய்திருப்பார்கள். இந்தச் சாதனைகளின் அடிப்படையில் இறந்தவர் மீண்டும் இகவாழ்வுக்குத் திரும்புவதா அல்லது புத்த சாம்ராஜ்ஜியத்தின் எல்லைகளுக்குள்ளேயே என்றென்றுமாய் இருந்துவிடுவதா என்பது நிர்ணயிக்கப்படும். இது ஐதீகம். விண்ணடக்கம் செய்யும் வெட்டியான், பிரேதத்தின் உடலிலிருந்து சதை முழுவதையும் வெட்டி எடுத்து, அவற்றைச் சிறு சிறு துண்டுகளாகக் கூறுபோட்டு விடுவார். பிறகு எலும்புகளை அரைத்து நுண்ணிய மாவுபோல ஆக்கி, அத்துடன் தண்ணீரைக் கலந்து பசை போல செய்துவிடுவார். இளம் வயதினருடைய எலும்புகளாக, மென்மையாக இருந்தால்,

அத்தோடு பார்லியையும் அரைத்துக் கலந்துவிடுவார். பிறகு இந்தப் பசையையும், கூறுபோட்ட சதையையும் அந்தத் தலத்தில் சுற்றிக் கொண்டிருக்கும் பருந்துகளுக்கும் வல்லூறுகளுக்கும் இரையாக வீசிவிடுவார். இறந்தவர் புத்தமதத்தைத் தழுவியவர் என்றால், அந்தப் பிரேதத்தின் முதுகில் புனித ஸ்வஸ்திக்கை, மங்கலக் குறியாக, ஆழப் பதிப்பார்கள். இரையாக வீசப்பட்ட எல்லா சதைத்துண்டங்களும் உண்ணப்பட்ட பிறகு, வெட்டியான் உச்சந்தலைப் பகுதியை மட்டும் மீத்து உறவினர்கள் வசம் ஒப்படைப்பார். இந்தச் சடங்கோடு விண்ணடக்கம் முற்றுப் பெறும். இதற்குப் பிறகு இறந்தவர்களோடு தொடர்புகொள்ள உறவினர்களுக்கு இருக்கும் ஒரே வழி, கோவிலுக்குச் சென்று பிரார்த்தித்துக்கொள்வதுதான்.

நான் ஒருமுறை மத்திய திபெத்திலிருக்கும் ஓர் ஒதுக்குப்புற கிராமப்பகுதிக்குப் பயணம் மேற்கொண்டிருந்தேன். மலை அடிவாரத்தை அடைந்த பேருந்து, யம்துரோக் ஏரிக்கரையோரமாக தடதடவென்று சென்றுகொண்டிருந்தது. எனக்குத் தலைசுற்றியது. ஜன்னலைத் திறந்தேன். ஏரி மிக அமைதியாய், சலனமற்று இருந்தது. வீசிய தென்றலில் சிறு தூசு தும்புகூட இல்லை. பேருந்தில் கூட்டம் பிதுங்கிக்கொண்டிருந்தது. நீரில் ஊறவைக்கப்பட்டிருந்த செம்மறியாட்டுத் தோலின் முடைநாற்றம் பேருந்தின் பின்புறத்திலிருந்து நாசியைத் தாக்கிக்கொண்டிருந்தது. இதனால் மூச்சுவிடுவதே எனக்குப் பெரும்பாடாய் இருந்தது. நாற்றம் தாங்க முடியாத அளவுக்குப் போனபோது, பேருந்தின் ஓட்டுநரை நிறுத்தச் சொல்லிக் கேட்டு, பேருந்திலிருந்து வெளியே குதித்தேன்.

அது ஆகஸ்ட் மாதம். திபெத்தியப் பீடபூமியின் களிப்பூட்டும் மாதம். வானம் துல்லியமான நீலத்தில், தெள்ளத் தெளிவாக இருந்தது. அங்கே காற்று என்பதே கிடையாதோ என்று நினைக்கும் அளவுக்கு நிச்சலனமாய் இருந்தது. ஏரியின் கரையை அடைந்து, சுமந்து கொண்டிருந்த பையைக் கீழே வைத்துவிட்டு, மென்சணலால் ஆன முகம் துடைக்கும் துண்டை எடுத்து வைத்துக்கொண்டு, முகத்தைக் கழுவினேன். தூரத்தில், மலையடிவாரத்தில், நங்கார்த்ஸே எனும் கிராமம் கண்ணுக்குப் புலப்பட்டது. அந்த மலையடிவாரத்தில் சற்றேறக்குறைய நூறு மண்குடில்கள் வரிசைகட்டி நின்றிருந்தன. அவை ஒவ்வொன்றின் கூரையிலிருந்தும், வழிபாட்டுக் கொடிகள் துருத்திக்கொண்டிருந்தன. அவற்றுக்கு மேலாக, மலையேற்றத்தின் பாதி வழியில், ஒரு சிறிய புத்தர் ஆலயம் இருந்தது. சுவரில் வெண்மையும் சிவப்புமாய்ப் பட்டைகள் தீற்றப்பட்டிருந்தன.

தாழ்வாரத்துக்குக் கீழாக ஊதா வண்ணத் துணி சுற்றப்பட்டிருந்தது. அந்த ஆலயத்துக்குப் பக்கத்தில் ஒரு பாழடைந்த விகாரத்தின் சிதைவுகள் தென்பட்டன. அதனருகே, ஒரு மகானின் அஸ்தி புதைக்கப்பட்டு, அதன் மீது ஒரு ஸ்தூபி எழுப்பப்பட்டிருந்தது. புதிதாக வெள்ளையடிக்கப்பட்டிருந்த அந்த ஸ்தூபி சூரிய ஒளியில் தகதகத்தது.

அது மிகவும் ரம்யமான இடம். ஏரியின் கரைகள் மிகவும் சுத்தமாக இருந்தன. மிகவும் தெளிந்த நீர். படுகையிலிருக்கும் ஒவ்வொரு கூழாங்கல்லையும் என்னால் பார்க்க முடிந்தது. ஏரியின் படுகை வரையிலும் கதிரொளி ஊடுருவிப் பாய்ந்திருந்தது. புத்த சாம் ராஜ்யத்தின் அழகைப் பற்றி உரைப்பது போல் தூரத்தே தெரிந்த கூரை மீது செருகப்பட்டிருந்த வண்ணமய பிரார்த்தனைக் கொடிகள் காற்றில் அசைந்துகொண்டிருந்தன. அந்த வீடுகளுக்குக் கீழே, ஏரியின் கரையை ஒட்டி, சிமெண்டால் கட்டப்பட்டு, செந்நிற ஓடுகளால் வேயப் பட்டிருந்த குடில் ஒன்று தென்பட்டது. அதுதான் கிராமத்தின் தலைமை அலுவலகமாக இருக்கும் என்று நான் நினைத்தேன். என்னுடைய பையிலிருந்து செந்நிற முத்திரை பதித்த போலி அறிமுகக் கடிதத்தை எடுத்து வைத்துக்கொண்டேன். அந்த சிமெண்ட் குடிலை நெருங்கிய பிறகுதான் அது கிராமத் தலைமை அலுவலகம் அல்ல; ஒரு சாதாரண செங்கல்குடில் என்பதைப் புரிந்துகொண்டேன். அதிலிருந்து ஒரு இராணுவ வீரன் வெளியே வந்தான். சீன மொழியை அவன் பேசிய விதத்திலிருந்து அவன் சிச்சுஆன் பகுதியைச் சேர்ந்தவன் என்று கணித்தேன். அவன் என்னை வரவேற்று உள்ளே வந்து அமரச் சொன்னான். அந்தக் குடில் இராணுவத்துக்குச் சொந்தமான பழுது பார்க்கும் நிலையம். இராணுவத்தின் தொலைபேசி இணைப்புகள் தடங்கலின்றிச் செயல்படுவதற்காக அந்த வீரனை இந்த நிலையத்தில் பணியமர்த்தியிருந்தார்கள். தொலைபேசி இணைப்புகள் தடங்கலின்றிச் செயல்படும் நேரங்களில் அவன் ஏரியில் மீன் பிடிக்கச் சென்றுவிடுவான். தரையில் பரப்பிக் கிடந்த புத்தகங்களைப் பார்த்த போது, கொஞ்சம் குங்-ஃபூ நாவல்களையும் படிப்பான் என்று தோன்றியது. நான் அங்கே தங்க முடியுமா என்று கேட்ட போது அவன் அகமகிழ்ந்து போனான். அங்கே நான்காண்டுகளாக வசித்து வருகிறான். திபெத்திய மொழியைச் சரளமாகப் பேசக் கற்றுக் கொண்டிருந்தான். அடிக்கொருதரம் மேலே இருக்கும் கிராமத்துக்குச் சென்று, உள்ளூர்க்காரர்களோடு மது அருந்துவதை வழக்கமாகக் கொண்டிருந்தான். சுவரில் ஆணியடிக்கப்பட்டு, நீண்ட சுழல்

துப்பாக்கியொன்று தொங்கிக் கொண்டிருந்தது. அறை காயலான்கடை போல் ஒரே கந்தரகோலமாகத் தோற்றமளித்தது.

அருகில், விண்ணடக்கம் செய்யும் தலம் ஏதும் இருக்கிறதா என்று அவனிடம் விசாரித்தேன். அங்கே ஒன்றிருப்பதாகக் கூறினான். சமீப காலத்தில் அங்கே விண்ணடக்கம் ஏதும் நடந்ததா என்று கேட்டேன். ஒரு கணம் நிலைகுலைந்து போன அவன், அந்தக் கிராமத்தில் இருந்த ஒரு பெண் சமீபத்தில் காலமாகிவிட்டாள் என்று சொன்னான். அந்த இடத்தைப் பார்க்க எனக்கு அனுமதி கிடைக்குமா என்று கேட்டேன். காதில் சரியாக விழாதவாறு எதையோ முணுமுணுத்தான். பிறகு, கொஞ்சம் பீர் சாப்பிட வேண்டும் என்று சொன்னான். கொஞ்சம் பணத்தை எடுத்து அவனிடம் நீட்டினேன். ஆனால் அவன் அதை ஒதுக்கிவிட்டுக் கதவைத் திறந்து வெளியேறினான். விண்ணடக்கச் சடங்கைக் காண இதுவே எனக்குக் கிட்டும் இறுதி வாய்ப்பாக இருக்கும் என்று தோன்றியது. இனிவரும் நாள்களில் இப்படியொரு சந்தர்ப்பம் எனக்கு வாய்ப்பதற்கில்லை என்று தோன்றியது. இந்த வாய்ப்பை நான் நழுவ விட்டுவிடக்கூடாது.

மாலையில் நாங்கள் பீர் பாட்டில்களைத் திறந்து வைத்துக் கொண்டு, சீனாவின் நடப்புச் செய்திகளைப் பற்றி அரட்டையடித்துக் கொண்டிருந்தோம்.

எப்படியாவது அவனுடைய நல்லெண்ணத்தைச் சம்பாதித்துக் கொள்வது என்று நான் துடியாயிருந்தேன். அவனுக்கு மீன் பிடிப்பதில் மிகுந்த ஆர்வம். அதனால் எனக்கும் மீன் பிடிப்பது பிடிக்கும் என்று சொல்லி வைத்தேன். நான் பெய்ஜிங்குக்குத் திரும்பியவுடன், எஃகால் செய்யப்பட்ட, துருப்பிடிக்காத மீன்பிடித் தூண்டில் ஒன்றை அவனுக்கு அனுப்பி வைப்பதாகக் கூறினேன். என்னுடைய முகவரியை அவனிடம் கொடுத்து, அதிபர் ஸாஓ ஸியாங் என் வீட்டுக்கு அடுத்த வீட்டில்தான் குடியிருக்கிறார் என்று கதையளந்தேன். எவ்வளவு காலம் பெய்ஜிங்கில் வலைபோட்டுத் தேடினாலும் நான் கிறுக்கிக் கொடுத்த முகவரியை யாராலும் கண்டுபிடிக்க முடியாது. இதை நான் சொல்லத் தேவையில்லை. பிறகு நான் பெண்களைப் பற்றிக் கதைக்க ஆரம்பித்தேன். புகைத்துக்கொண்டிருந்த சிகரெட்டைச் சப்பியபடி, பேரார்வத்துடன் அவன் கவனிக்கத் தொடங்கினான். சுதந்திர மனப்போக்குகொண்ட இன்றைய பெண் களைப் பற்றிய கட்டுக்கதைகளை அவனிடம் அவிழ்த்துவிட்டேன். சிச்சுஆன் பகுதியின் வட்டார வழக்கில் அவனோடு அளவளாவி,

அவன் பெய்ஜிங்குக்கு வந்தால் என்னுடைய காதலியோடு படுக்கையைப் பகிர்ந்துகொள்ள ஏற்பாடு செய்து தருவதாக வாக்களித்தேன்.

'அதெல்லாம் வேண்டாம்' என்றான் அவன்.

பிறகு மேஜை மீது கைகளைத் தேய்த்தபடியே, கொஞ்ச நேரம் அமைதி காத்தான். திடீரென்று, அந்தப் பெண்ணுக்குப் பதினேழு வயதுதான் முடிந்திருந்தது என்று கூறினான். என்னால் நம்ப முடியவில்லை. இவ்வளவு இளம் வயதா?

'பிரசவத்தின் போது ஏற்பட்ட உதிரப்பெருக்கின் காரணமாக அவள் செத்துப்போனாள்' என்றான் அவன். 'அந்தக் கரு இன்னும் அவளுடைய வயிற்றில் இருக்கிறது.'

புகைந்துகொண்டிருந்த சிகரெட்டை நசுக்கினேன். இருவருமே எதுவும் பேசாமல் அமைதியாக இருந்தோம். அறையின் தரை ஈர நப்போடு இருந்தது. ஒரே ஒரு மரக்கட்டில். அது மஞ்சள் வர்ணம் பூசப்பட்டு சுவரின் மீது சாய்த்துவைக்கப்பட்டிருந்தது. அந்தக் கட்டிலின் தலைமாட்டில் ஒரு செந்நிற நட்சத்திரமும், இராணுவப் படைப்பிரிவின் எண்ணும் தென்பட்டன. அறையின் சுவரெங்கும் பத்திரிகைகளிலிருந்து கிழிக்கப்பட்ட வண்ணப்படங்கள் ஒட்டப்பட்டிருந்தன. கதவின் பின்புறம் இருந்த கையலம்பும் போகணிக்கு அடியில், தூண்டில் முட்களும், மின்கம்பி வடங்களும் சிதறிக்கிடந்தன. அறையில் ஒரே ஒரு சாளரம் மட்டுமே இருந்தது. அதன் கீழ்ப்பகுதி செய்தித்தாள் கொண்டு மறைக்கப்பட்டிருந்தது. திறந்திருந்த சாளர மேற்பகுதியின் வழியாக நீலநிற வானம் கருமை கொள்வதை கவனித்தவாறிருந்தேன். இராணுவச் சுமையுந்துகள் கடந்துசெல்லும் ஓசை வெகு நேரமாகக் கேட்கவில்லை. அந்த இராணுவ வீரன் எழுந்து படுக்கையின் மீது சாய்ந்து நின்றான்.

'உனக்கு ஆசையாக இருந்தால் நீ விண்ணடக்கத்தைப் பார்க்கலாம். இங்கே இருக்கும் மக்கள் அதை ஆட்சேபிக்கமாட்டார்கள். புகைப்படக் கருவியையே இதற்கு முன் அவர்களில் நிறையப் பேர் பார்த்திருக்க மாட்டார்கள். மையிமாவின் இரண்டு கணவர்களும் நிச்சயமாக ஒரு புகைப்படக் கருவியைப் பார்த்திருக்க வாய்ப்பேயில்லை' என்றான்.

'யாருடைய இரண்டு கணவர்கள்?'

'செத்துப்போன அந்தப் பெண்ணின் இரண்டு கணவர்கள்' என்றான் அவன்.

'அவளுக்கு எப்படி இரண்டு கணவர்கள் வாய்த்தார்கள்?'

'சகோதரர்களாக இருந்த இருவரை அவள் மணந்துகொண்டாள்' என்று பதிலிறுத்தான்—எந்தச் சலனமுமில்லாமல்.

கொஞ்ச நேரம் மௌனம் காத்து விட்டு, ஏன் அவள் சகோதரர்கள் இருவரையும் திருமணம் செய்துகொண்டாள் என்று கேட்டேன். ஆனால், கேள்வியைக் கேட்ட மறுநொடியே அப்படிக் கேட்டது எவ்வளவு அநாகரிகமானது என்று எனக்கு உறைத்தது. அந்தப் பெண்ணோ இறந்துவிட்டாள். அவள் எதற்காக இரண்டு பேரை மணம் புரிந்தாள் என்பது எனக்குத் தேவையில்லாத விஷயம்.

என்றாலும் அந்த இராணுவவீரன் எனக்குப் பதில் சொன்னான். 'மையிமா இந்தப் பக்கத்துப் பெண் அல்ல. அவள் பிறந்தது நாதுல்லாவில். பதினோரு குழந்தைகளில் கடைசியாகப் பிறந்தவள். மிகவும் பலவீனமான குழந்தை. அவளுக்கு ஆறு வயதாகியிருந்த போது, அவளுடைய பெற்றோர், இவளை ஒன்பது ஆட்டுத்தோல் களுக்கு, இன்னொரு குடும்பத்துக்கு விற்றுவிட்டார்கள்.'

'இன்னும்கூட இப்படியெல்லாம் இங்கே நடக்கிறதா என்ன?' என்றேன் நான்.

என்னுடைய கேள்வியைக் காதிலேயே வாங்காமல் அவன் தொடர்ந்தான். 'இங்கே வந்த பிறகு அவள் நல்ல வலுவான பெண்ணாக வளர்ந்தாள். லங்க்மாட் ஸேவில் உள்ள பள்ளியிலும் சேர்ந்து படித்தாள். அதெல்லாம் அவளைத் தத்தெடுத்த தாய் உயிரோடிருந்தவரைதான்.'

இது மிகவும் சுவாரஸ்யமான கதையாகப் பட்டது.

பையிலிருந்து பேனாவை எடுத்தவாறே, 'அவளுடைய தாயின் பெயர் என்ன?' என்றேன் நான்.

'அவளுடைய வளர்ப்புத் தந்தை பெருங் குடிகாரன். நிரம்பக் குடித்து விட்டால், பாட்டுப் பாடிக்கொண்டு, பெண்களின் கையைப் பிடித்து இழுக்க ஆரம்பித்துவிடுவான். ஒரு சில நேரங்களில் அவன் மையிமாவைக்கூட விட்டதில்லை. அவனுடைய மனைவியும் போய்ச் சேர்ந்த பிறகு அவனுடைய நடத்தை மிகவும் மோசமானது. இப்படி ஒரு காட்டுமிராண்டியிடமிருந்து ஒரு பெண் தன்னை எப்படிக் காப்பாற்றிக்கொள்ள முடியும்?' அவன் குரல் தழுதழுத்தது. அவன் வசவுச் சொற்களால் அர்ச்சிக்கப் போகிறான் என்று தோன்றியது. கொஞ்ச நேரம் முன்பு, தன்னுடைய பிரதாபங்களை என்னிடம் அளந்துகொண்டிருந்த வேளையில், வசவுச் சொற்கள் அவன்

வாயிலிருந்து வெள்ளமெனப் பிரவகித்து வந்திருந்தன.

'கேடுகெட்ட வேசிமகன்! இந்த இராணுவ உடைகளைத் தூக்கி யெறியும் காலம் மட்டும் வரட்டும். அவனை என்ன செய்கிறேனென்று பார்!' என்று கொந்தளித்தான். சிச்சுஆன் பகுதியைச் சேர்ந்த ஆண்களுக்கே உரிய கடுகடுப்பான, முரட்டுத் தோற்றத்துடன் சிவந்து கிடந்த அவன் முகம் இப்பொழுது கருஞ்சிவப்புக்கு மாறியது. கதவருகே சென்று காற்று எந்தத் திக்கில் வீசுகிறதென்று அவன் பார்த்துவிட்டு வந்தான். தொலைபேசி இணைப்புகள் சலனமற்று இருந்தன. நான் எதுவுமே பேசாமல் அவனுடைய கோபம் தணியக் காத்திருந்தேன்.

என்னுடைய பீர் பாட்டிலைக் காலி செய்துவிட்டு அறையைச் சுற்றிக்கொண்டிருந்தேன். வேனிற்காலம்தான், என்றாலும் இந்த இடம் கடல்மட்டத்திலிருந்து மிக உயரத்தில் அமைந்திருந்ததால் கொசுக்கள் இல்லை. ஏரியிலிருந்து வீசிய ஈரக்காற்று அறையை நிறைத்து எலும்பை நடுக்கியது.

'அந்தச் சகோதரர்களைப் பார்க்க என்னைக் கூட்டிக்கொண்டு போக முடியுமா?'

கேட்டவுடன், சாவிக்கொத்தையும் மேஜையின் மீது கிடந்த டார்ச்சையும் எடுத்துக்கொண்டு 'போகலாம்' என்றான்.

செங்கல்லும் மண்ணும் குழைத்து வேயப்பட்டிருந்த குறுகலான, இருண்டு கிடந்த வழித்தடங்களில் நடந்து மெல்ல மெல்ல, மேலேயிருந்த அந்தக் கிராமத்தை வந்தடைந்தோம். வழி மிகவும் கரடுமுரடாகவும், ஏற்றமும் இறக்கமுமாகவும் இருந்தது. என்னுடைய டார்ச்சின் ஒளி மேலே பட்டதும், தரையில் இருந்த வைக்கோலும், சாணமும் விலகி வழிவிட்டன. ஒவ்வொரு சுவருக்குப் பின்னா லிருந்தும், நாய்கள் குரைக்கும் சத்தம் கேட்டுக்கொண்டேயிருந்தது. சாளரத்தின் வழியாக வெளிச்சம் தெரிந்த வீட்டின் கேட்டைத் திறந்து, திபெத்திய மொழியில் என்னவோ இரைந்தான் அந்த இராணுவ வீரன். நாங்கள் உள்ளே சென்றோம். கணப்பைச் சுற்றி உட்கார்ந்திருந்த மனிதர்கள் திரும்பி, எங்களை வாய்பிளந்து வெறித்துப் பார்த்தனர். அவர்களுள் மிகவும் மூத்தவன் எழுந்து நின்று அந்த இராணுவ வீரனோடு திபெத்திய மொழியில் என்னவோ பேசினான். அறையில் இருந்த ஏனையோர் தொடர்ந்து என்னை நாசூக்கேயில்லாமல் முறைத்துப் பார்த்துக்கொண்டு அமர்ந்திருந்தார்கள். என்னுடைய சிகரெட் லைட்டரைப் பற்றச் செய்து, கையில் இருந்த சிகரெட்டுகளை

ஒவ்வொன்றாக அவர்களுக்கு வழங்கினேன். இருளில் என்னால் பார்க்க முடிந்ததெல்லாம் அந்த மனிதர்களின் வெண்மையான பற்களை மட்டும்தான். மீண்டும் சிகரெட் லைட்டரைப் பற்றச் செய்து சுடரைப் பெரிதாக்கினேன். அவர்களுடைய தாடைகள் அகன்று விரிந்தன. நின்றுகொண்டிருந்த மனிதனிடம் லைட்டரை நீட்டினேன். என்னிடமிருந்து அதை வாங்கிக்கொண்டு அவன் உட்கார்ந்தான். எல்லோருடைய பார்வையும் லைட்டரின் மீதே குவிந்திருந்தது. அதை ஒவ்வொருவராக வாங்கிப் பார்த்தார்கள். ஒவ்வொரு முறையும் என்னை ஏறெடுத்துப் பார்த்துப் புன்னகையைப் பரிமாறிக்கொண்டார்கள். கடைசியில், எனக்கும் உட்காரலாமென்று தோன்றியது. எனக்குப் பக்கத்தில் இருந்த இளைஞன் உலர்ந்த ஆட்டிறைச்சித் துண்டத்தைத் தன் பைக்குள்ளிருந்து எடுத்து அதிலிருந்து ஒரு சிறுதுண்டை வெட்டி எனக்குக் கொடுத்தான். யாங்பாச்சென் என்ற ஊரில் அதைப் போன்ற வேகவைக்காத ஆட்டிறைச்சியை நான் சாப்பிட்டுப் பார்த்திருக்கிறேன். அதனால், கொஞ்சமும் தயங்காமல், என் இடுப்புப் பட்டையில் செருகியிருந்த கத்தியை உருவி ஒரு சிறு துணுக்கை வெட்டி வாயில் போட்டுக் கொண்டேன். அவர்கள் அதைப் பார்த்து சந்தோஷப்பட்டது போல் தோன்றியது. உடனே பார்லியை வேகவைத்துத் தயாரித்த ஒயினை ஒரு கிண்ணத்தில் ஊற்றி என்னிடம் நீட்டினார்கள். அது இன்னமும் பச்சையாகவே இருந்தது. அதன் மேற்புறத்தில் உமி மிதந்து கொண்டிருந்தது. என்னுடைய கவனம் இறந்துபோனவள் பக்கம் திரும்பியது.

பற்ற வைக்கப்பட்ட சாணத்தின் நெடி மூச்சைத் திணற வைத்தது. அறையில் சுற்றும் முற்றும் பார்த்தேன். பல திபெத்திய வீடுகளைப் போலவே இந்த வீடும் எளிமையான அறைக்கலன்களால் நிரம்பியிருந்தது. வெள்ளையடிக்கப்பட்ட சுவர்கள். தொழுகையின் போது அணிந்துகொள்ளும் சால்வைகள் கொண்டு போர்த்தப்பட்ட, மரத்தாலான மேஜை. ஒரு இருண்ட கூடத்துக்கு இட்டுச் செல்லும் திறப்பு முன் கதவின் வலப்புறத்தில் இருந்தது. அது மையிமாவின் அறையாக இருக்கவேண்டும். அல்லது உணவுக்கூடமாகவும் இருக்கலாம். கணப்புக்கு எதிரே பாரம்பரிய, திபெத்திய இழுப்பறைப் பெட்டி ஒன்று இருந்தது. கையில் வாழ்க்கைச் சக்கரத்தைப் பிடித்துக் கொண்டு, துருத்திக்கொண்டிருக்கும் கோரப் பற்களைக் காட்டியபடி இருக்கும் மரணக் கடவுள் யமனின் சுருள் வடிவ ஓவியம் அதனருகே தென்பட்டது. அது மிகவும் பழைய ஓவியம். வேதநூல்களிலிருந்து

எடுத்து அச்சிடப்பட்ட பதங்கள் கொண்ட வண்ணக் காகிதத் துண்டுகள் அதன் ஓரங்களில் ஒட்டப்பட்டிருந்தன. விண்ணடக்கத்தைப் பார்க்க அனுமதிக்க வேண்டும் என்ற என் கோரிக்கையைப் பரிசீலிக்கும் தொனியிலேயே அவர்கள் பேசிக்கொண்டிருந்தார்கள் என்று தோன்றியது. ஒரு சிலர் திபெத்திய மொழியில் பேசியபடி என்னைப் பார்த்துத் தலையசைத்துக் கொண்டிருந்தார்கள். அந்த இராணுவ வீரன் எழுந்து தன்னைப் பின்தொடரும்படி சைகையால் என்னிடம் தெரிவித்தான். அந்தக் கூடத்துக்கு என்னை இட்டுச் சென்று, செங்கற்களால் ஆன மேடை மீது கிடத்தப்பட்டிருந்த பெரிய கோணி மூட்டையின் மீது அவனுடைய டார்ச்சை அடித்துக் காட்டினான். அந்த மூட்டையின் மேற்புறம் கட்டப்பட்டிருந்தது.

'இதுதான் அந்தப் பெண்' என்றான். என்னுடைய டார்ச்சை அந்த சாக்கு மூட்டையின் மீது அடித்துப் பார்த்தேன். தலை கவிழ்ந்து, கதவைப் பார்த்தபடி, நிமிர்ந்து உட்கார்ந்த நிலையில் அவள் இருப்பதாகத் தோன்றியது. சாக்கை இறுக்கிக் கட்டுவதற்கு முன்பாக அவளுடைய தலையைச் சிரமப்பட்டு அந்த மனிதர்கள் உள்ளே தள்ளியிருக்க வேண்டும் என்று யூகித்தேன்.

இராணுவ வீரனின் குடிலுக்கு மீண்ட பிறகு, கண்கள் விரியத் திறந்திருக்க, அந்தப் பெண் பார்க்க எப்படியிருந்திருப்பாள் என்று கற்பனை செய்தவாறு நான் படுக்கையில் படுத்தேன். காடுகளிலோ, உயர்ந்த மலைப்பாதைகளிலோ நான் கேட்க நேர்ந்திருந்த ஏனைய திபெத்தியப் பெண்களைப் போலவே இவளும் பாடக் கூடியவளாகவே இருந்திருப்பாள்.

பகற்பொழுதுகளில், ஆட்டுத் தோலால் ஆன தன்னுடைய மேலங்கியை இடுப்பில் சுற்றியபடி, வயலில் அவள் குனிந்து வேலை பார்த்துக்கொண்டிருந்திருக்கலாம். அவளுடைய காதுகளின் மீதாக, நீண்ட சடைகள் துவண்டபடி இருந்திருக்கலாம். நான் பேருந்தில் பார்த்திருந்த ஒரு சிறுமியின் முகத்தை இந்தப் பெண்ணுக்குப் பொருத்திக் கற்பனை செய்து பார்த்தேன். பருத்த, சிவந்த கன்னங்கள். சின்ன மூக்கு, கரிய விளிம்புகளைக்கொண்ட விழிகள். தீர்க்கமான பார்வை. அவளுடைய கழுத்து மிக மென்மையானதாக, வெளிறி இருந்தன. அவளுக்குப் பின்புறத்தில் நின்றுகொண்டிருந்த என்னால், பேருந்தின் ஒவ்வொரு குலுக்கலுக்கும், அவளுடைய மார்புக்கிடையே

இருந்த கரும் பிளவு விதிர்த்தபடி இருந்ததைப் பார்க்க முடிந்தது.

தொலைபேசி இணைப்புகள் எல்லாம் சரியாக இருக்கின்றனவா என்று பார்க்க இரவு ரோந்து போய்விட்டு வந்து அந்த இராணுவ வீரன் விளக்கைப் போட்டான். அவனுடைய முகம் உணர்ச்சியற்றிருந்தது. ஒரு சிகரெட்டைப் பற்ற வைத்துக்கொண்டு, என்னருகே படுத்துக் கொண்டான். இருவருமே தூங்கும் மனநிலையில் இல்லை.

இறுதியில் அவன் பேசினான். 'உன்னிடம் சொன்னாலென்ன என்று தோன்றுகிறது. இன்னும் சில நாள்களில் நீ போய் விடப் போகிறாய். அது மட்டுமல்ல. இந்த இரகசியத்தை எனக்குள்ளேயே நான் வெகு காலத்துக்கு மூடி வைத்திருக்கவும் முடியாதென்று தோன்றுகிறது. அதனுடைய வலி தாங்க முடியாததாக இருக்கிறது.' முதுகுக்கு ஒரு தலையணையை அண்டக் கொடுத்து நான் சுவரின் மீது சாய்ந்து உட்கார்ந்தேன்.

'நானும் மையிமாவும் மிகவும் நெருக்கமாக இருந்தோம்' என்றான் அவன். 'அவளுக்காகத்தான் இவ்வளவு காலமாக இங்கே நான் தொடர்ந்து இருந்தேன். எவ்வளவோ பேர் வெகு காலம் முன்பாகவே மாற்றலுக்கு விண்ணப்பித்திருப்பார்கள். முதன் முதலில் அந்த மலையின் மீதுதான் நான் அவளைப் பார்த்தேன். இந்த மலைக்குப் பின்புறம் இருக்கின்ற இரண்டு மலைகளில் இருக்கும் தொலைபேசி இணைப்புகளில் ஏற்பட்டிருந்த பழுதை நீக்க நான் கம்பங்களின் மீது ஏறிக் கொண்டிருந்தேன். அவள் ஆடுகளை மேயவிட்டு, புல்தரையில் உட்கார்ந்திருந்தாள். திரும்பும் போது ஒரு பெரிய கம்பிச் சுருளை முதுகில் சுமந்தவாறு வந்துகொண்டிருந்தேன். அது கிட்டத்தட்ட ஒரு டன் எடையாவது இருக்கும். நான் ஒரு ஹலோ சொல்லிவிட்டு, அவள் பக்கத்தில் உட்கார்ந்தேன். அவளுடைய நாய் முழித்து என்னை ஒரு பார்வை பார்த்துவிட்டு மீண்டும் தூங்கிவிட்டது. அது மிகவும் உஷ்ணமான ஒரு பகல்பொழுது. காற்று மெல்ல வீசிக் கொண்டிருந்தது. சரிவில் ஆடுகள் புல்மேயப் போய்விட்டன. அவள் என்னைப் பார்த்துப் புன்னகைத்தாள். பிறகு எந்தவிதமான வெட்கமோ சங்கடமோ இல்லாமல் நேருக்கு நேராய் என் கண்களைப் பார்த்தாள். கீழேயிருக்கும் பழுதுபார்க்கும் நிலையத்தில் நான் வேலை பார்ப்பதாகச் சொன்னேன். நான் சொன்னது அவளுக்குப் புரிய வில்லை. அதனால் என் வீடுவரை போகும் தொலைபேசிக் கம்பிகளை விரலால் ஜாடை காட்டி அவளுக்குப் புரியவைக்க முயன்றேன். அவள் சிரித்துக்கொண்டே கம்பாலா கணவாயைப் பார்த்து முகத்தைத்

திருப்பிக்கொண்டாள். இரண்டு லாரிகள் மலையடிவாரத்திலிருந்து ஏறிக்கொண்டிருந்தன. வெகுதூரத்தில் இருந்ததால் அவற்றின் சத்தம் எங்களுக்கு எட்டவில்லை. என்னை ஏற்கெனவே பார்த்திருப்பதாக மையிமா சொன்னாள். நான் ஏன் இவ்வளவு காலமாக இங்கேயே தங்கியிருக்கிறேன் என்று அவள் கேட்டாள். அவள் பேசும் விதம், அந்தக் கிராமத்திலிருந்த பிற திபெத்தியர்களிடமிருந்து வித்தியாசமாகத் தெரிந்தது. அன்று அவளிடமிருந்து விடைபெற்றுக்கொள்ளும் போது ஒரு நீளக் கம்பியை வெட்டி அவளுக்கு என் பரிசாகக் கொடுத்தேன். அதை அவள் கொடிக்கம்பியாகவோ, அல்லது பொருள்கள் எதையாவது கட்டி எடுத்துச் செல்லவோ பயன்படுத்திக்கொள்ளலாம் என்று சொன்னேன்.'

கொஞ்சம் இடைவெளி விட்டு அவன் தொடர்ந்தான். 'அதன் பிறகு அவளைப் பார்க்க அடிக்கடி மலைக்குச் சென்றேன். வீட்டில் உலரவைத்த ஆட்டுக் கறியையும் பார்லி ஒயினையும் வைத்துக் கொண்டு, அவள் அங்கே எனக்காகக் காத்துக்கொண்டிருப்பாள். சில நேரங்களில் பேரிச்சம் பழங்களையும் மலைப்பேரிக்காய்களையும் கொண்டு ஜின் மதுபானத்தைத் தயார் செய்துகொண்டு வருவாள். மாலையில் சூரியன் மறையும்வரையில் அவளோடு நான் தங்கியிருப்பேன். பிற திபெத்தியப் பெண்களைவிட இவள் கொஞ்சம் அதிக சுத்தமானவளாக இருந்தாள். போகப்போக, அவள் மேனியின் மீது கவிந்திருந்த ஆட்டிறைச்சியின் நாற்றமும், பாலின் மணமும் எனக்குப் பிடித்துப் போயிருந்தது. ஆட்டுத்தோலாலான அவளுடைய மேலங்கியைக் கழற்ற ஒரு நாள் அவளுக்குக் கை கொடுத்தேன். அந்த அங்கிக்குள் என் கையை நுழைத்துப் பார்க்க அப்பொழுது அவள் என்னைத் தூண்டினாள். ஆனால் எனக்கு மிகவும் பயமாக இருந்தது. அவளைத் தத்தெடுத்துக்கொண்ட அவளுடைய தகப்பன் அவளை எப்படித் தொடர்ந்து இச்சையோடு பிடித்திழுத்துச் சென்றுவிடுவான் என்பதைப் பற்றி அப்பொழுதுதான் கூறினாள். அவனுக்குப் பயந்து அவள் ஓடிவந்துவிடுவதையும், வீட்டுக்குப் போகவே பயப்படுவதைப் பற்றியும் கூறினாள். கிராமத்திலிருந்த அனைவருக்குமே இது பற்றித் தெரிந்திருந்தது. இதனால், கிராமத்து இளைஞர்கள் எல்லோரும் அவளைக் கேவலமாகப் பார்த்தார்கள்.'

அவன் தொடர்ந்தான். 'போன வருடம் இதே நேரத்தில், இரவில் அவள் என்னுடைய அறைக்குள் வந்து என்னுடைய படுக்கையில் படுத்துக்கொண்டாள். இதற்கு முன்பாக அவள் இங்கே படுத்துத் தூங்கியதே இல்லை. நாங்கள் இருவரும் ஒன்றாக இரவைக் கழித்தோம்.

காலையில், தான் போயாக வேண்டும் என்று என்னை விலக்கிவிட்டுக் கிளம்பினாள். அவள் ஆடைகளை அணிந்துகொள்ள அவளுக்கு உதவி செய்தேன். பிறகு நான் படுக்கப் போய்விட்டேன். போவதற்கு முன்பாக, அவள் குழந்தையாக இருந்தபோதிலிருந்து போட்டுக் கொண்டிருக்கும் நீலப்பச்சை நவரத்தினக்கல் பதித்த ஒரு ஆரத்தை என் தலையணையின் அடியில் வைத்துவிட்டுப் போய்விட்டாள். அவள் அந்தச் சகோதரர்களைத் திருமணம் செய்துகொள்ள ஒத்துக் கொண்டிருந்தது மறுநாள் காலைதான் எனக்குத் தெரிய வந்தது.' பேச்சை நிறுத்திவிட்டு அவன் என்னை ஏறிட்டுப் பார்த்தான். 'இந்த விஷயம் மட்டும் வெளியே தெரிந்தால் நான் செத்தேன். என்னுடைய அதிகாரிகளே என்னைக் கொன்றுவிடுவார்கள்.'

நான் மௌனமாகத் தலையாட்டினேன். வாயைத் திறக்கவே போவதில்லை என்று அவனுக்கு ஜாடை காட்டினேன். இதனால்தான் இந்தக் கதை முழுவதிலும் அவனை இராணுவ வீரன் என்றே குறிப்பிட்டு வருகிறேன்.

இழுப்பறையைத் திறந்து அவன் அந்த ஆரத்தை எடுத்தான். விளக்கின் அடியில் அதை வைத்து உன்னிப்பாகப் பார்த்தேன். அது வைடூரியமும் செந்நிறப் பாசிமணியும் சேர்த்துக் கோர்க்கப்பட்ட மணிமாலை. அதன் நடுவில் ஒரு பெரிய நீலப்பச்சை நவரத்தினக் கல் ஒளிர்ந்தது. அந்த நீலப்பச்சை நவரத்தினக் கல் வழுவழுப்பாகவும், அடர்த்தியான நிறத்திலும் இருந்தது. அந்தப் பெண்ணின் பால் சருமத்தின் மணம் அதில் இன்னமும் வீசிக்கொண்டிருந்தது. செங்கல் மேடையில், சாக்கு மூட்டைக்குள் உட்கார்ந்திருக்கும் அந்தப் பெண் மையிமாவை இப்பொழுது நான் நினைவுக்குக் கொண்டுவந்தேன்.

'அதன் பிறகு அவள் உன்னிடம் அடிக்கடி வந்து போனாளா?' என்று கேட்டேன்.

'இல்லை. வரவில்லை. அதன் பிறகு அவளுக்குத் திருமணமாகி விட்டிருந்தது. அவளுடைய வீட்டு வேலைகளில் அவள் மூழ்கிப் போனாள். எப்பொழுதாவதுதான் வீட்டைவிட்டு வெளியே வருவாள். உண்மையில் அந்தச் சகோதரர்களுக்கு அவளை மிகவும் பிடித்துப் போனது. பின்னிரவில் அவர்கள் குடிக்கும் போது மையிமா அவர்களைப் பார்த்து இரைவது உள்ளூர்க்காரர்களுக்கெல்லாம் கேட்கும். வாங்தான் கோவிலுக்குப் போய்விட்டுத் திரும்பும் வழியில் அந்த இளைய சகோதரன் குதிரைமீது ஆரோகணித்துக்கொண்டே மையிமாவோடு சரசமாடிக் கொண்டிருப்பதையும் எல்லோரும்

பார்த்திருக்கிறார்கள். ஆனால் மையிமா அதற்குள்ளாகவே கர்ப்பம் தரித்திருந்தாள். அந்தச் சகோதரர்கள் நாற்பது வயதைக் கடந்தவர்கள். அதற்கு முன்னர் அவர்கள் திருமணமே செய்துகொள்ளாமல் இருந்தார்கள்.'

'அவள் ஏன் மீண்டும் உன்னை வந்து பார்க்கவில்லை?' என்றேன்.

'அவள் வந்து பார்த்தாள்' என்றான் அந்த இராணுவ வீரன். 'உன்னிடம் எல்லாவற்றையும் சொல்லிக் கொண்டிருக்க எனக்குப் பிடிக்கவில்லை.'

அந்த விண்ணடக்கத் தலத்துக்கு நான் சென்று சேர்ந்த போது சூரியன் ஏற்கெனவே உதித்திருந்தான். மலைமுகட்டின் மீது துருத்திக் கொண்டிருக்கும் தட்டையான ஒரு பெரும் பாறைதான் லாசாவில் இருக்கும் தலம். இந்தத் தலம் அதைப்போல் இல்லை. மாறாக, மலையடிவாரத்துக்கும், உயர்ந்த சரிவுகளுக்கும் நடுவே, பாதி வழியில் அமைந்திருந்த சரளைக்கல் பாவிய முகப்பு மேடைதான் அங்கே இருந்தது. தரையில் ஏற்பட்டிருந்த வீறல்களுக்குள் திணித்து செருகப்பட்டிருந்த உலோகக் கம்பங்களிலிருந்து, அழுக்குக் கறை படிந்த வடக்கயிறுகள் தொங்கிக்கொண்டிருந்தன. அவற்றின் அருகில் துருவேறிய கத்திகள், இரண்டு சுத்தியல்கள், கைப்பிடியுடைந்த ஒரு கோடரி ஆகியவை கிடந்தன. சரளைக்கற்களின் நடுநடுவே, எலும்புத் துணுக்குகள், முடிக்கற்றைகள், நசுக்கப்பட்ட மோதிரங்கள், கண்ணாடியாலான பாசிமணிகள், பறவைகளின் எச்சம், மனிதர்களின் விரல்நகங்கள் என்று பலவாறாக விரவிக்கிடந்தன. மலை நிச்சலனமாக இருந்தது. முகட்டின் மீது பருந்துகளும், வல்லூறுகளும் குந்தியிருந்தன. கீழே காணப்பட்ட பள்ளத்தாக்கில், யம்த்ரோக் எனுமிடத்திலிருந்து, பனிமூட்டம் நாடாக்களாய்ச் சுழன்றெழுந்து, ஒரு விரிப்பைப் போல் ஏரி முழுவதையும் சூழ்ந்து மறைத்தது. அந்தப் பனிமூட்டம் மெல்ல மெல்ல அடர்த்தியாகிப் பரவியது. மூச்சு வாங்கும் பெண்ணின் மார்பு போல் அது உயர்ந்தும் தாழ்ந்தும் எழுந்து, மேலே மேலே சென்று, குருதியாய்ச் சிவந்திருந்த பருதிக்குத் திரையிட்டது. விடாப்பிடியாய் ஏரியின் மீது கவிந்திருந்த பனிமூட்டம் மெல்ல விதிர்த்து, விட்டு விடுதலையாகி, மலையடிவாரத்தை நோக்கி மிதந்து செல்லத் தொடங்கியது.

பனிமூட்டத்திலிருந்து அவர்கள் வெளிப்பட்டார்கள். மூத்த

சகோதரன் சாக்கு மூட்டையைச் சிரமப்பட்டுத் தூக்கிவந்தான். அடக்கம் செய்ய, வெட்டியான்களை ஏற்பாடு செய்துகொள்ளும் அளவுக்கு வசதிபடைத்தவர்களாக அவர்கள் இருக்க வாய்ப்பில்லை; அல்லது வெட்டியான்கள் யாரும் அந்தப் பகுதியில் கிடைப்பதில்லை; இப்படியெல்லாம் நான் யோசித்துக்கொண்டிருந்தேன். இளைய சகோதரன் ஒரு கம்பளிப்பை, ஃப்ளாஸ்க், வாணலி போன்றவற்றைச் சுமந்து வந்துகொண்டிருந்தான். அவனுக்குப் பின்னால் ஒரு மதகுரு வந்துகொண்டிருந்தார். முதல் நாளிரவு மையிமாவின் வீட்டில் எனக்கு அருகே அமர்ந்திருந்த ஆள் அவர்தான் என்று இப்பொழுது அடையாளம் கண்டுகொண்டேன். அவர்களுக்குப் பின்புறத்தில் பனிமூட்ட மேகங்கள் அலையலையாக எழும்பிக்கொண்டிருந்தன.

என்னைப் பார்த்ததும் அவர்கள் புன்னகைத்தார்கள். சாக்கு மூட்டையைப் பிரித்து, மையிமாவின் உடலை வெளியே எடுத்தார்கள். கைகள் மார் மீது கட்டப்பட்ட நிலையில், கருவிலிருக்கும் சிசு போல அவள் அமர்ந்திருந்தாள். அவள் முதுகில் கீறப்பட்டிருந்த ஸ்வஸ்திக் சின்னம் உலர்ந்து சுருங்கத் தொடங்கியிருந்தது. கட்டப்பட்டிருந்த கயிற்றைத் தளர்த்தியவுடன், அவள் தரை மீது சரிந்தாள். அவளுடைய தலையை ஒரு உலோகக் கம்பத்துடன் பிணைத்து, அவளுடைய உடலை நிமிர்த்தினார்கள். அவள் இப்பொழுது மல்லாக்கப் படுத்திருந்தாள். அவளுடைய கண்கள் விண்ணையும் கலைந்து சிதறும் பனிமூட்ட மேகங்களையும் நோக்கி நிலைகுத்தியிருந்தன. ஜூனிப்பர் சுள்ளிகளைக் குவித்து இளைய சகோதரன் அவற்றைப் பற்றவைத்தான். வறுத்த பார்லியைத் தீச்சுடரின் மீது தூவினான். அடர்ந்த புகை எழுந்து பனிப்புகையினூடே கலந்தது. அடுத்து இரண்டாவதாகப் பற்றவைத்திருந்த ஆகுதியின் அருகே சென்று, அதன்மீது காய்ந்துகொண்டிருந்த வாணலிக்குள் திபெத்திய நாட்டு வகை மாட்டு வெண்ணெய்க் கட்டியைப் போட்டான். இரண்டு ஆகுதிக்கும் வறட்டியைப் போட்டு நன்கு எரியவிட்டு, மலை முகத்தைப் பார்த்தான். திறந்து வைக்கப்பட்டிருந்த பிரார்த்தனைப் புத்தகத்தின் எதிரில், ஜெபமாலையைக் கையில் ஏந்தி, ஆட்டுத் தோலாலான தரைவிரிப்பின் மீது, மதகுரு சம்மணமிட்டு அமர்ந்திருந்தார். ஓங்கி வளர்ந்துகொண்டிருந்த தீப்பிழம்புகளுக்கு மிக அருகில் அவர் அமர்ந்திருந்தார்.

கொஞ்ச தூரத்திலிருந்து அந்தப் பிணத்தையே உற்றுக் கவனித்துக் கொண்டிருந்தேன். பிறகு மெல்ல அதன் அருகில் சென்றேன். ஏதோ சண்டைக்குத் தயாராகுபவள் போல அவளுடைய கைகளும்

கால்களும் விறைத்திருந்தன. இதர உடற்பகுதிகளைக் காட்டிலும் மார்புப் பகுதி வெளுத்து, நெஞ்சுக்கூட்டின் இருபுறங்களையும் நோக்கி மென்மையாகச் சரிந்திருந்தது. பிரசவிக்காத சிசுவைத் தாங்கிய அவள் வயிறு புடைத்திருந்தது. ஒருவேளை, அந்த இராணுவ வீரன்தான் இந்தக் குழந்தைக்குத் தந்தையாய் இருக்கலாமோ என்று யோசித்துக்கொண்டிருந்தேன்.

என்னுடைய புகைப்படக் கருவியில் தூரத்தைக் கணித்து சமன் செய்துகொள்ளும் அபெர்ச்சரை நிலைக்குக் கொண்டுவந்தேன். பிறகு அவளுக்கருகே குத்துக்காலிட்டு அமர்ந்து ஒரு புகைப்படத்தை எடுக்கத் தயாரானேன். பின்னணியில் மூடுபனி மேகங்களும், மலைமுகடுகளும் உதிக்கும் சூரியனைப் பார்த்து நாணிச் சிவந்து கொண்டிருந்தன. என்னுடைய புகைப்படக் கருவியின் ஆடிவழியே பார்க்கும் போது மையிமா சிறுமி போல் தோன்றினாள். ஆறு வயதுச் சிறுமியாக, குதிரை மீது இந்த இடத்துக்கு வந்துசேர்ந்து, தான் அணிந்திருந்த ஆட்டுத்தோலால் ஆன மேலங்கியால் முகத்தைப் பாதி மூடி, இந்தக் கம்பாலா கணவாயை அவள் பார்க்கும் கோலத்தை நான் கற்பனை செய்து பார்த்தேன். பல ஆண்டுகள் கழிந்து, இங்கே ஆடுகளை மேய்த்துக்கொண்டிருக்கும் போது, அவள் அந்தக் கணவாயை வெறித்துப் பார்த்தவாறு, தென்பகுதியில் இருக்கும் தன்னுடைய வீட்டை நினைத்துக்கொண்டிருக்கலாம்.

அவள் ஏதோ துயிலில் ஆழ்ந்திருப்பவளைப் போலத்தான் தோன்றினாள். அவளுடைய உடலின் ஒவ்வொரு பகுதியையும் என்னுடைய புகைப்படக்கருவியால் தேடி அளந்தேன். மென்மையான புஜங்கள், விண்ணைப் பார்த்திருக்கும் உள்ளங்கைகள், மாரின் கீழ்ப்பகுதியில் தெரிந்த சிவந்த மரு, வழுவழுப்பான தொடைகள். எனக்கு ஏனோ அந்த இராணுவ வீரனின் கிரீச்சிடும் கட்டிலும், பார்லி ஒயினை அவசரமாய் விழுங்கிக்கொண்டிருக்கும் அந்த இரண்டு சகோதரர்களும் நினைவுக்கு வந்தனர்.

இப்பொழுது அவளுடைய கால்களின் மீது என் புகைப்படக் கருவியின் கவனம் குவிந்தது. பாதங்கள் வெள்ளைவெளேரென்று இருந்தன. பாத நுனிகள் இரண்டும் இறுகப் பிணைக்கப்பட்டிருந்தன. நகங்களே வளர முடியாத அளவுக்கு அவளுடைய பாதங்களின் சுண்டு விரல்கள் துளியூண்டாக இருந்தன. கொஞ்சம் அகண்ட காட்சியைப் படம் பிடிக்கும் எண்ணத்தோடு ஓரடி பின்னுக்கு நகர்ந்து, புகைப்படக் கருவியின் மூடியை விலக்கினேன். ஆனால், ஒரு சலனமுமில்லை.

புகைப்படக் கருவியைப் பரிசோதித்து, மீண்டும் பொத்தானை அமுக்கினேன். அது இயங்க மறுத்தது. என்னுடைய கால்கள் தளர்ந்தன. தரையில் அமர்ந்து, ஃபிலிமை மாற்றிச் சுற்றி, புதிய மின்கலன்களை மாற்றினேன். இப்பொழுது மையிமாவின் முகத்தை மையப்படுத்தி மூடியை விலக்கினேன். ஆனால், உறைந்து போனது போல், இயக்கும் பொத்தான் செயலிழந்து கிடந்தது. நிமிர்ந்து பார்த்த போது மையிமாவின் இதழ்க்கடையோரம் மெல்லிய நடுக்கம் தெரிந்தது. அது புன்னகையும் அல்ல, இகழ்ச்சியான பழிப்புமல்ல. ஆனால் நிச்சயமாக அவளுடைய அதரத்தில் சலனம் தென்பட்டது.

நான் எழுந்து நின்றேன். என் தலைக்குள்ளாக ஒரு ஓலம் எதிரொலித்தது. பிறகு அடித்த காற்றோடு அது கலந்து மறைந்தது. ஒரு வழுக்கைத்தலை கழுகு பிணத்தின் மேலே வட்டமிட்டது. பிறகு ஒரு பாறையைத் தேர்ந்து அமர்ந்து தன்னுடைய சிறகுகளைக் கோதிக் கொண்டிருந்தது.

கொழுந்துவிட்டு எரிந்துகொண்டிருந்த ஆகுதிகளுக்கு அருகில் நான் தளர்நடை போட்டுச் சென்றேன். அந்த இளைய சகோதரன் தன்னுடைய கம்பளிப்பைக்குள் கையைவிட்டு, ஒரு வறட்டியை எடுத்து ஜ்வாலைக்குள் எறிந்தான். வறுத்த பார்லி வடகத்தை எடுத்து ஒரு துண்டை உடைத்து என்னிடம் கொடுத்தான். அதை ஆசையாய் வாங்கிச் சுவைத்தேன். அதனுள்ளே உலர்ந்த திராட்சைப் பழங்கள் தூவப்பட்டிருந்தன. கொஞ்சம் உலர்ந்த இறைச்சியையும் வெளியே எடுத்து, ஃப்ளாஸ்க்கின் மூடியில் பார்லி ஒயினை நிறைத்து எனக்குக் கொடுத்தான். அதையும் வெறியோடு வாங்கிக் காலி செய்தேன். ஒருவேளை மையிமாதான் இந்த உலர்ந்த இறைச்சித் துண்டத்தையும் தயார் செய்திருப்பாளோ? அவளை இப்பொழுது நன்றாகப் பார்த்தேன். அவளுடைய கால்கள் அகன்றிருந்தன. அவளுடைய தொடைகளுக்கு நடுவில், காயம்பட்டிருந்த சதைப் பகுதியின் உள்ளிருந்து ஒரு கம்பி தொங்கிக்கொண்டிருந்தது. அவளுக்குப் பிரசவவலி கண்ட நேரத்தில் சிசுவை வெளியே கொண்டுவரும் முயற்சியில் யாரோ அந்தக் கம்பியை இணைத்திருக்க வேண்டும் என்று யூகித்தேன். உலர்ந்த இறைச்சியின் மீது என் கத்தியைக் குத்தி இழுத்தேன். அந்தச் சகோதரர்கள் என்னைப் பார்த்துப் புன்னகைத்தார்கள். நானும் பதிலுக்குப் புன்னகைத்தேனோ என்னவோ! ஆனால், என்னுடைய முகமோ சூரிய ஒளியில் சிவந்து கொண்டிருந்த தூரத்துப் பனிச்சிகரங்களை நோக்கித் திரும்பி இருந்தது. பனிப்புகை இப்பொழுது மறைந்துவிட்டிருந்தது. சற்றுத்

தொலைவில், யம்த்ரோக், நேற்றுப் பார்த்த மாதிரியே, அமைதியாக— மையிமாவின் நீலப்பச்சை நவரத்தினத்தைப் போலவே கருநீலமாகவும் வெளிப்பட்டது.

மூத்த சகோதரன் எழுந்து நின்றான். கொழுந்துவிட்டு எரியும் ஆகுதியில் மேலும் கொஞ்சம் வறட்டியை எடுத்துப் போட்டான். பிறகு மதகுருவிடம் சென்று அவருக்குக் கொஞ்சம் ஒயினை ஊற்றித் தந்தான். அந்தக் கிண்ணத்தை வேண்டாமென்று ஒதுக்கி விட்டு, மையிமாவின் ஆன்மா வானில் சென்று சேர்ந்துவிட்டது என்று அறிவிப்புச் செய்தார் மதகுரு. இளைய சகோதரன் எழுந்து தன்னுடைய அங்கியிலிருந்து ஒரு கூரிய கத்தியை எடுத்தான். அந்தச் சடலத்தை நோக்கிச் சென்ற சகோதரர்களை நான் பின்தொடர்ந்தேன். உடனே, கிரீச்சிட்டு, சுழன்று பறந்த பருந்துகளால் வான் இருண்டது. மையிமாவின் உடலைப் புரட்டிப்போட்ட சகோதரர்கள், கத்தியை அவளுடைய பிட்டத்தில் சொருகிக் கீழே இழுத்து, அவளுடைய பாதம்வரைக்கும் கால் சதையைப் பிளந்தார்கள். தொடைப் பகுதியிலிருந்து சதைப்பிண்டத்தை வெட்டியெடுத்துக் கூறு போட்டான் இளைய சகோதரன். விரைவிலேயே, அவளுடைய வலதுகால் வெறும் எலும்பாகக் காட்சியளித்தது. தரைமீது கவிழ்ந்த நிலையில் அவளுடைய வயிறு நசுங்கிக் கிடக்க, அவளுடைய தொடைகளுக்கு இடையிலிருந்து பிசுபிசுப்பான திரவம் சொட்டத் தொடங்கியது. என்னுடைய புகைப்படக் கருவியை எடுத்து, தூரத்தைக் கணித்து, பொத்தானை அழுத்தினேன். இந்த முறை புகைப்படக் கருவியின் மூடி முறையாகத் திறந்து ஒரு கடக்கொலியுடன் இமைப் பொழுதில் மூடியது.

எங்களைச் சூழ்ந்துகொண்ட பருந்துகள், வெட்டி வீசப்பட்ட சதைத் துண்டங்களுக்காகச் சச்சரவிட்டுக்கொண்டிருந்தன. அவற்றுக்குப் பின்புறத்தில் ஒரு காக்கைக் கூட்டமும் வந்து குழுமியது. அவை தங்களைத் தாழ்பிறவிகளாகக் கருதியிருக்க வேண்டும். ஏனென்றால், அவற்றுள் ஒன்றுகூட முன்னால் வரத் துணியவில்லை. காற்றை முகர்ந்து முகர்ந்து பார்த்தவாறு, தங்களுடைய முறைக்காகக் காத்திருந்து, அவை சற்று ஒதுங்கியே இருந்தன.

அந்த விண்ணடக்கத் தலத்தைக் காலைக் கதிரவன் தன் ஒளியால் ஆட்கொண்டான். மையிமாவின் உடற்கூறுகளைக் கொண்டு, நெருங்கி வரும் வல்லூறுகளை விரட்டியடித்துக்கொண்டிருந்தான் இளைய சகோதரன். நானும் கோடரியைத் தூக்கி, மையிமாவின் துண்டிக்கப்

பட்ட ஒரு கையைப் பற்றி, உள்ளங்கை வரை பிளந்து, ஒரு பெருவிரலை வெட்டியெடுத்து வல்லூறுகளுக்கு வீசினேன். இளைய சகோதரன் என்னைப் பார்த்துப் புன்னகைத்தான். மையிமாவின் துண்டிக்கப்பட்ட கையை என்னிடமிருந்து வாங்கி, ஒரு பாறையின் மீது வைத்து, மீதமிருந்த நான்கு விரல்களையும் பொடித்து, அவற்றைப் பறவைகளுக்கு வீசினான். மையிமாவின் மோவாயில் கத்தியைச் சொருகி அவளுடைய முகத்தை மூத்த சகோதரன் பிளந்தபோது, அவள் பார்க்க எப்படியிருப்பாள் என்பதே எனக்கு திடீரென்று மறந்து போனது. அவளுடைய உடலை அந்தச் சகோதரர்கள் கடைந்தெடுத்துக் கொண்டிருந்த சமயத்தில், ஒவ்வொரு துண்டமாக விண்ணில் எறியப்பட்டு மறைந்து போகும் தருணத்தில், அவளுடைய கண்கள் விண்ணை நோக்கியே நிலைகுத்தியிருந்தன.

இன்னமும் சிவப்பு நாடாவால் முடியப்பட்டிருந்த மையிமாவின் சடைப் பின்னல்களை மூத்த சகோதரன் பிடித்திழுத்து, சூழ்ந்திருந்த வல்லூறுகளுக்கு நடுவே தட்டாமாலையாகச் சுற்றி, பிறகு ஓய்ந்து தள்ளாடி ஆகுதியின் அருகே வந்தான். இப்பொழுது உலோகக் கம்பங்களுக்கு அருகில், வல்லூறுகளோடு காகங்களும் சேர்ந்து கொண்டன. வறுத்த பார்லியோடு சேர்த்துப் பிசையப்பட்ட மூளையின் துணுக்குகளை அவை கவ்விக்கொண்டிருந்தன.

கைக்கடிகாரத்தில் மணி பார்த்தேன். இங்கே இரண்டு மணி நேரமாக இருந்திருக்கிறேன். கீழே செல்லும் நேரம் நெருங்கிவிட்டது. எனக்காக அந்த இராணுவ வீரன் தன்னுடைய அறையில் காத்துக் கொண்டிருப்பான். அன்று மதியம் ஒரு படகை இரவல் வாங்கி ஏரியில் மீன் பிடிக்க என்னையும் அழைத்துச் செல்வதாக அவன் எனக்கு வாக்களித்திருந்தான்.

●

2

துரோல்முலா ஏரியின் புன்னகை

கடந்த சில மணி நேரமாகக் குதிரை மீதமர்ந்து மலையைக் கடந்து வந்திருந்தான். அடிவாரத்தை அடைந்தவுடன் ஸோனம் குதிரையை விட்டு இறங்கினான். ஆழமாய் மூச்சை உள்ளிழுத்து அதை மெல்ல வெளியேற்றினான். பசும்புல்லின் மணமும், வெயிலில் காய்ந்திருந்த மண்ணின் ஈரப்பதம் கலந்த வாடையும், காற்றில் ஒரு சேரக் கலந்திருந்தன. காற்று இன்னமும் அதே திசையிலிருந்து வீசிக் கொண்டிருந்தது. கேங்டைஸ் மலைகளின் பள்ளத்தாக்குகளிலிருந்து எழுந்து, சமதளங்களின் கழிவுகளைத் துடைத்தொதுக்கி, துரோல்முலா ஏரியின் தூரத்துக் கரைகளை நோக்கிக் காற்று விரைந்து கொண்டிருந்தது. வெகுதொலைவில், ஏரி காற்றில் அலையடித்துக் கொண்டிருந்ததை அவனால் காண முடிந்தது. பார்ப்பதற்கு, நீரிலும் நிலத்திலுமாய் வாழும் ஏதோ ஒரு ராட்சச டைனோசர் ஏரியின் ஆழத்திலிருந்து மூச்சுவிட்டுக்கொண்டிருப்பதைப் போலத் தோன்றியது. ஏரிக் கரையோரத்தில், நாணல்கள் தலையசைத்துக் கொண்டிருந்தன. ஏரியின் ஆழமற்ற பகுதிகளில் வெண்ணிற உப்புப் படிகங்கள் சூரிய ஒளியில் மின்னிக்கொண்டிருந்தன. அது ஓர் உப்பு ஏரி. நூற்றுக்கணக்கில் கடமா எனப்படும் திபெத்திய நாட்டு மாடுகளும் குதிரைகளும் அந்த ஏரியை ஒட்டிய உவர்நீர்ச் சதுப்பு நிலங்களில் மூழ்கிப் போயிருக்கின்றன. இப்படி ஓர் ஏரிக்கரையில் தன்னுடைய குடும்பத்தினர் ஒருநாளும் முகாமிட்டிருக்க மாட்டார்கள் என்று அவன் உறுதியாக நம்பினான்.

தான் ஓட்டிவந்த குதிரையைக் கொஞ்சம் முன்னே நடத்தினான். பிறகு நிதானித்து, குதிரையின் கடிவாளத்தை அதன் முதுகிலேயே வீசிவிட்டு, தன்னந்தனியனாய்க், குன்றின் மீது ஏறத் தொடங்கினான். வெயிலில் காய்ந்து வெடித்திருந்த சுண்ணாம்புப் பாளங்கள் நிறைந்த அந்தப் புல்தரைச்சரிவு ஆங்காங்கே பிளந்து கிடந்தது.

நூற்றாண்டுகளாய்ப் பெய்த மழையாலும், பனியாலும் சுண்ணாம்புப் பாளங்களில் இருந்த பிளவுகள் ஆழப்பட்டு, காலை நம்பி வைத்துவிட முடியாத வரப்புகளும், வழித்தடங்களும் கொண்ட ஒரு நிலப்பரப்பை உருவாக்கி வைத்திருந்தது. குன்றின் மீது ஏற முயலும் குதிரைகள் பெரும்பாலும் இடறிவிழுந்து அடிபட்டுக்கொள்ளும். சிறிய மிருகங்கள் அகண்ட பிளவுகளுக்குள் தவறிவிழுந்து கீழே தேங்கியிருக்கும் தண்ணீரில் மூழ்கிவிடும்.

குன்றின் உச்சியை அடைந்த போது கீழேயிருந்த சமதளத்தில் புள்ளிகளாகத் தோன்றிய குட்டைகளில் தேங்கியிருந்த நீரில் நீலவானம் மிதந்துகொண்டிருந்ததைக் கண்டான். தான் ஓட்டிவந்திருந்த குதிரையைத் திரும்பிப் பார்த்தான். அவன் விட்டுவந்த இடத்திலேயே அது நின்றுகொண்டிருந்தது. ஏறத்தாழ ஒரு மாதமாக அவன் அதை ஓட்டிவந்துகொண்டிருக்கிறான். அவனுடைய மாமா கேல்சங்கின் ஆகச் சிறந்த குதிரைகளுள் இதுவும் ஒன்று. ஆனால் அதை ஓட்டிவருவது அப்படி ஒன்றும் அவனுக்கு எளிதான காரியமாக இருக்கவில்லை. அவனுக்குக் குதிரையோட்டும் பழக்கம் விட்டுப்போயிருந்தது. அவனுடைய தொடைகளும் வாலெலும்பும் ரணமாகியிருந்தன. இந்த உயர்ந்த பீடபூமியில்தான் அவன் பிறந்து வளர்ந்திருந்தான். ஓராண்டு ஏற்பட்டிருந்த கடும் வறட்சியால் முகாமை இந்தப் பகுதிக்கு இடம் பெயர்க்க வேண்டிய நிர்ப்பந்தம் அவனுடைய குடும்பத்துக்கு ஏற்பட்டது. ககால் என்ற அவனுடைய கடைசி தங்கை ஒரு கடமாவை (திபேத்திய நாட்டுமாட்டை) இந்தக் குன்றின் மீது ஓட்டி வருகையில், ஒரு பள்ளத்தில் விழுந்து மாண்டு போனாள். அந்த நிகழ்ச்சி நடந்தபோது அவனுக்கு வயது பதினொன்று.

அவன் முன்னே புல்வெளிகள் பரவிக் கிடந்தன. தூரத்தில், நிறம் மங்கிய புல்திட்டு ஒன்று சூரிய ஒளியில் நடுங்கியபடி இருந்தது. வானில் ஒரு பொட்டு மேகமில்லை. கண்ணுக்கெட்டிய தூரம்வரை முகாம்கள் ஒன்றையும் காணோம். ஒரு மிருகம்கூடத் தட்டுப் படவில்லை. தன்னுடைய நெஞ்சுக்கூடு வெறுமையாயும், உள்ளீடற்றும் இருப்பது போல உணர்ந்தான்.

இந்தப் புல்வெளிகள் கடல்மட்டத்திலிருந்து ஐயாயிரம் அடி உயரத்தில் இருந்தன. மிகவும் கடுமையான குளிர்காலத்தையும் தாக்குப்பிடிக்கும் சில திடமான புதர்கள், உஷ்ணமான ஆகஸ்ட் மாத சூரிய ஒளியில் தங்களுடைய இலைகளைப் பரப்பியிருந்தன. ஒரு சில களைச்செடிகளைக் காலால் எற்றித் தள்ளி, ஒரு பாறையின்

மீது அமர்ந்து மீண்டும் தன் குதிரையை நோக்கிப் பார்வையைத் திருப்பினான் ஸோனம். அது தன் குளம்புகளை உதைத்து, உடல் மீது ஒட்டிக்கொண்டிருக்கும் உண்ணிகளை வால் சொடுக்கி விரட்டிக் கொண்டிருந்தது. அதனுடைய வயிறு இப்பொழுது துடிப்படங்கி இருந்தது. காற்றடிப்பது ஓய்ந்துவிட்டது என்று நினைத்துக் கொண்டான்.

அது மிகவும் மெதுவாகச் செல்லும் குதிரை. அவனுடைய மாமனிடமிருந்து அதைப் பெற்றுக்கொண்ட போது, இன்னொரு குதிரைமீது போடப்பட்டிருந்த சேணத்தை எடுத்து இதன் மீது போட்டிருந்தான் ஸோனம். சேணத்தின் உறை போல் பயன்பட்டு வந்த கோணிப்பை, ஒரு சில நாள்களுக்கு முன்பு எங்கேயோ விழுந்து விட்டது. அப்போதிருந்து, அந்த மரச் சேணம் குதிரையின் முதுகை நேரடியாகப் பதம் பார்த்தவாறே இருந்தது. இதனால் குதிரையின் உடல் அங்கங்கே ரணமாக இருந்தது. சமயத்தில், வலி தாங்க முடியாமல் போகும் போது, வேதனையில் துடித்தபடி, குதிரை தலை தெறிக்க ஓடியதுண்டு. தான் சிறுவனாக இருந்த போது ஓட்டிப் பழகிய பழுப்பு நிறப் பொலிகுதிரையை ஸோனம் நினைத்துக் கொண்டான். மிக ஆழமான பள்ளங்களையும் அது அனாயாசமாகத் தாண்டிவிடும். பிறகு அந்த வெண்கடமா! சாகாவில் இருக்கும் பள்ளியில் பயில இரண்டாண்டுகளுக்கு முன்னர் வீட்டைவிட்டுக் கிளம்பிய பிறகு இதுவரை அவன் எந்தவொரு கடமாவையும் ஓட்டிப்பார்க்கவில்லை.

தன்னுடைய விடுமுறையில் இன்னும் கொஞ்ச நாள்களே மீந்திருக்கின்றன என்பது நினைவுக்கு வந்த போது அவன் இதயம் கனத்தது. ஐந்து நாள்களுக்கு முன்பாக அவன் முதியவர் தாஷியின் குடும்பத்தைச் சந்தித்திருந்தான். தாஷிக்கு அவனை இன்னமும் நினைவிருந்தது. அவர் மிகவும் மூப்பெய்தி இருந்தார்; நிற்கக்கூட முடியவில்லை. என்னென்ன விதமான மாயமந்திரங்களை சாகாவில் இருக்கும் பள்ளியில் அவன் கற்றுத் தேர்ந்திருக்கிறான் என்று அவர் ஸோனத்திடம் கேட்டுக்கொண்டிருந்தார். தாஷியின் விரிவு படுத்தப்பட்ட குடும்பத்தின் உறுப்பினர்கள் அந்தப் புல்வெளி யெங்கிலும் பல்வேறான கூடாரங்களை அடித்துத் தங்கியிருந்தனர். ஆனால், மாலை நேரத்தில் வெளியுலகைப் பற்றி ஸோனம் சொல்லும் தகவல்களைக் கேட்க, எல்லோரும் மையக் கூடாரத்திற்கு வந்து குழுமிவிடுவார்கள். அவன் சொல்லும் ஒரு வார்த்தையையும் தாஷியால் கேட்க முடியாது. பில்லி சூனியம் போன்ற மாயமந்திரக் கலைகளைப்

பயில, சிறுவனாக இருந்த காலத்தில் தானும் சாகாவுக்குச் சென்று வந்ததைப் பற்றி அவர் தொடர்ந்து முணுமுணுத்துக் கொண்டிருப்பார். தாஷியின் மாமாவுடைய தீட்சை பெறும் வைபவத்தின் போது, உயிர்வாழும் புத்தர் என்று அழைக்கப்படும் தன்பா தோர்ஜே, தாஷியின் மாமாவுடைய கண்களைப் பிடுங்கி, கைகளை வெட்டி, துண்டிக்கப்பட்ட உறுப்புகளை அவலோகிதேஸ்வரன் என்ற பெயர்கொண்ட, கருணையின் போதிசத்துவருக்குப் படையலிட்டு விட்டாராம். அந்த வைபவத்திற்குப் பிறகு வீடு திரும்பிய ஒரு சில நாள்களில் தாஷியின் மாமா உயிரை விட்டுவிட்டாராம். அதற்குப் பழி தீர்த்துக் கொள்ளவேண்டி, ஒரு சில தீவினை மந்திரங்களைக் கற்றுவர தாஷியை சாகாவிற்கு அனுப்பி வைத்தது தாஷியின் குடும்பம். கடமா மந்தையொன்றைத் தாஷி தன்னோடு அழைத்துச் சென்றாராம். காற்றையடக்கி, விண்ணிலிருந்து ஆலங்கட்டி மழையைப் பெய்ய வைக்கும் வல்லமைகொண்ட ஒரு புத்த பிக்குவை அவர் சாகாவிலே பார்த்தாராம். அவனிடமிருந்த கடமாக் களையும், ஒரு வெள்ளி ஆபரணத்தையும் ஒரு பித்தளை ஆரத்தித் தட்டையும், குருதட்சணையாகப் பெற்றுக்கொண்டு எதிரியை அடக்குவதற்கான மந்திரத்தையும், அதைக் காட்டிலும் சற்றே ஆபத்தில்லாத ஏவல் சூனியங்களையும் அந்தக் குரு இவருக்குக் கற்றுக் கொடுத்தாராம். கல்வி கற்று வீடு திரும்பியதும், தாஷி தான் கற்றிருந்த மந்திரத்தை வைத்து தன்பா தோர்ஜேவின் கண்பார்வையைப் பறித்துவிட்டாராம். பிறகு, இந்த உயரமான புல்வெளிப் பிரதேசத்துக்கு முகாமை மாற்றிக்கொண்டாராம்.

ஒரு மாதம் முன்பாகத்தான் ஸோனமுடைய குடும்பத்தினர் தென்கிழக்குப் பகுதிக்கு இடம் பெயர்ந்திருந்தார்கள் என்று தாஷியின் சகோதரி மகனான தோண்டுப் கூறினான். அங்கே ஒரு வளமான பள்ளத்தாக்கு இருப்பதாகவும், ஆனால், அதைச் சென்றடைய இன்னும் இரண்டு வாரம் பயணம் மேற்கொள்ள வேண்டியிருக்கும் என்றும் அவன் தகவல் சொன்னான். ஸோனமின் சகோதரி தாவா சமீப காலத்தில் நன்கு வளர்ந்துவிட்டதாகவும், பார்க்க, காட்டுப் புற்றுப்பழத்தைப் போல, மிக ஒயிலாக இருக்கிறாள் என்ற கூடுதல் தகவலையும் அவன் சொன்னான். ‘அவளைப் பார்த்தால் அப்படியே கடித்துத் தின்றுவிட வேண்டும் போல இருக்கிறாள்’ என்றுகூட அவன் சொன்னான். அவன் இப்படிக் கூறியது ஸோனமை வெகுவாக நெளிய வைத்தது.

‘எதற்காக அந்தப் பள்ளத்தாக்கிற்குப் போக ஸோனத்தின் குடும்பம்

முடிவெடுத்தது' என்று தனக்கு விளங்கவில்லை என்று தோண்டுப் கூறினான். முன்பனி இலையுதிர்காலத்தில்தான் நாடோடிகள் அங்கே செல்வது வழக்கம். அந்தப் பள்ளத்தாக்கின் நுழைவாயில் வடபுறமாக அமைந்திருப்பதால் வேனிற்காலத்தில் காற்றே இருக்காது. இதனால் அங்கே இருக்கும் புல்வெளிகளில் குளவிகளும் கொசுக்களும் மலிந்து, நாடோடிகளின் மந்தைகளைத் தாக்கும். சில வேளைகளில், கடமாக்களும், ஆடுகளும் மனம் பிறழ்ந்து, முகாமைத் துறந்து, காற்றின் ஈரப்பசையை மோப்பம் பிடித்தவாறே துரோல்முலா ஏரியின் சதுப்பு நிலங்களைத் தேடிச் சென்றுவிடுவதுண்டாம். ஸோனத்தின் தந்தை மிகவும் உடல்நலம் கெட்டிருப்பதாகவும், கால்நடைகள் முதலியவற்றைப் பிடிக்கப் பயன்படும் தோல்வார்ச் சுருக்குக் கண்ணியைக்கூடத் தூக்கிவீசும் சக்தியற்றவராகவும் இருக்கிறார் என்று தோண்டுப் கூறினான். கொஞ்ச காலத்துக்கு முன்பாக, அவனுடைய அம்மாவும் குதிரை மீதிருந்து தவறிக் கீழே விழுந்துவிட்டதாகவும், இப்பொழுதெல்லாம் அவளால் எந்த வேலையையும் செய்ய முடிவதில்லை என்றுகூட தோண்டுப் கூறினான். அப்பொழுது இவனை நம்ப முடியாது என்று ஸோனம் தனக்குத்தானே கூறிக்கொண்டான். ஒரு கடமாவைக்கூட அம்மா ஓட்டிப் பார்த்ததில்லை. ககால் என்ற இடத்தில் தன் தங்கைக்கு நடந்த விபத்தை இவன் குழப்பிக்கொண்டிருக்கிறான் என்றுதான் ஸோனம் நினைத்தான்.

துரோல்முலா ஏரியிலிருந்து மெல்லிய காற்று வீசியது. ஸோனம் மூச்சை ஆழமாக இழுத்துவிட்டுக்கொண்டான். காற்று ஒருவிதமான மணமும் இல்லாமல், சற்றே கசப்பான சுவையுடன் இருந்தது. வானம் இருண்டு கொண்டிருந்தது. கால்களுக்கு அடியிலிருந்த பூமி அவனை இழுத்துக் கீழே தள்ளுவதைப் போல உணர்ந்தான். மரத்துப் போயிருந்த கால்களை உதறிவிட்டுக்கொண்டு தடுமாறி எழுந்தான். கடந்த இரண்டு நாள்களாக அவன் எதுவுமே சாப்பிட்டிருக்கவில்லை. பசியில் வயிறு தகித்தது.

திரும்பிப் பார்க்கும் போது, குதிரை எங்கோ ஓடிவிட்டிருப்பது தெரிந்தது. அது எப்பொழுது ஓடிப் போயிருக்கும் என்று அவன் குழம்பிக்கொண்டிருந்தான். ஒரு சில நிமிடங்களுக்கு முன்பு, காற்று திசை மாறிய நேரத்தில், அவன் கொஞ்சம் கண்ணயர்ந்தது அவனுடைய நினைவுக்கு வந்தது. அந்தக் குதிரையைப் பிடித்து மேலே இழுத்துக்கொண்டு வந்திருக்க வேண்டும் என்று தனக்குத்தானே சொல்லிக்கொண்டான். இங்கே அதன் கவனத்தைச் சிதறடிக்க

புல்கற்றைகளும் இல்லை. அதேபோல் உண்ணிகளும் இல்லை. குன்றின் அடிவாரத்துக்கு நடந்துசென்று புல்மீது குதிரை விட்டுச் சென்றிருக்கும் குளம்புத் தடங்களைப் பின்தொடர்ந்து அவன் செல்லலானான். அவனுடைய கால்கள் துவண்டு கெஞ்சின.

இரவு கவிந்ததும் அவன் நடையை நிறுத்தினான். வாயை அகலத் திறந்து உடனே மூடிக் கொண்டான். அந்தப் புல்வெளிப் பிரதேசத்தில் திடீரென்று குளிர் இறங்கியது. துரோல்முலா ஏரி எங்கேயிருக்கிறது என்பதை அவனால் உணர முடிந்தது. ஆனால் அதை நோக்கிச் செல்ல முடியவில்லை. தட்கர் தொஸாங்மா என்னும் பெண்தெய்வத்தின் சிறுநீர்தான் துரோல்முலா ஏரி என்று சொல்லக் கேள்விப்பட்டிருக் கிறான் ஸோனம். அந்த ஏரிக்குப் பின்புறம் இருக்கும் மலைமுகட்டின் மீது அவளுடைய சிறுநீரின் தெறிப்புகளைப் பார்க்க முடியும் என்றும் கேள்விப்பட்டிருக்கிறான். அந்த துரோல்முலா ஏரியின் அருகே செல்வது மிகவும் ஆபத்தான செயல் என்பதை அவன் அறிந்திருந்தான். என்றாலும் இப்பொழுது அவன் தெளிவான மனதோடு அதை நோக்கிச் சென்றுகொண்டிருக்கிறான்.

நான்கு மாதங்களுக்கு முன்பாக, கோடை விடுமுறையின் போது, தான் அவர்களை வந்து சந்திக்கப் போவதாகக் கடிதம் எழுதியிருந்தான். ஆனால், சென்ற மாதம் மயூமு என்ற இடத்தை அடைந்த போது அந்தக் கிராமத்தின் அலுவலகத்தில் அந்தக் கடிதம் இன்னமும் பிரிக்கப்படாமலே கிடந்ததைக் கண்டான். இளவேனிற்காலத்தின் போது, தங்களுடைய மந்தைகளை ஓட்டிக்கொண்டு அவனுடைய குடும்பத்தினர் யாரா எனும் பள்ளத்தாக்குக்குச் சென்றுவிட்டதாக அங்கே இருந்த அலுவலர் தகவல் தெரிவித்தார். இதனால் ஸோனம் யாராவுக்குச் சென்று பார்த்தபோது அங்கேயிருந்த நாடோடிகள் அவனுடையை குடும்பத்தைப் பற்றி ஒன்றுக்கொன்று மாறுபட்ட தகவல்களை அவனிடம் கூறினர். இறுதியில், தன்னுடைய மாமா கல்சங்கின் ஆலோசனைப்படி, துரோல்முலா ஏரியின் அருகேயிருக்கும் குன்றுகளில் அவர்களைத் தேடிப்பார்க்கலாம் என்று ஸோனம் முடிவு செய்தான். ஐந்து நாள்களுக்கு முன்பு இங்கே வந்துசேர்ந்த போது, ஏரியை விட்டு விலகியே இருக்கும்படி முதியவர் தாஷி அவனிடம் எச்சரித்திருந்தார். பெண் தெய்வமான தட்கர் தொஸாங்மா தன்னுடைய காதலனான மலைக்கடவுளைக் காண அங்கே செல்வாள். அவர்கள் சரசமாடுவதைப் பார்க்க நேரிடும் எவருக்கும் கண் அவிந்து போகும் என்றும் அவர் எச்சரித்திருந்தார்.

தன்னுடைய குடும்பம் வெகு தொலைவிலில்லை என்று முதல் நாளிரவு ஸோனத்துக்குத் தோன்றியது. அப்பொழுதுதான் அகற்றப் பட்டிருந்த கூடாரத்தின் சுவடுகள் தென்பட்ட ஒரு குன்றை அவன் அடைந்திருந்தான். தாண்டப்பட்டிருந்த மண்தரை இன்னமும் ஈரம் உலரவில்லை. கணப்பு இன்னமும் காய்ந்தே கிடந்தது. தன்னுடைய தந்தை சேணத்துக்கு உறையாகப் பயன்படுத்தும் மேலங்கியின் பகுதியைக் கூட அவன் அங்கே பார்த்தான். அதிலிருந்த பூ வேலைப்பாடு அவனுக்குப் பரிச்சயமானதாகத் தோன்றியது. அந்தப் பூ வேலைப்பாட்டைச் செய்தது நிச்சயமாக அவனுடைய அம்மாதான் என்று நம்பினான்.

அவனுக்கு இப்பொழுது தங்கை தாவாவின் வண்ண மேலங்கி நினைவுக்கு வந்தது. இப்பொழுது அவள் நன்றாக வளர்ந்திருப்பாள் என்று அவன் நினைத்துக்கொண்டான். இரண்டாண்டுகளுக்கு முன்பாக, அவன் சாகாவிற்குக் கிளம்பிச் செல்லும் போது கூட அவள் ஓரளவு நல்ல வளர்ச்சியுடன்தான் இருந்தாள். அவனுக்கு முன்னால் அவள் ஆடை மாற்றிக்கொள்ளும் வழக்கத்தை அவள் எப்போதோ விட்டிருந்தாள். அவனிடமிருந்து பத்துத் தப்படிகளாவது விலகிச் சென்றுதான் அவள் சிறுநீர் கழிப்பாள். அவள் உடலில் புளித்துப் போன பாலின் வாடையடிப்பதாக ஸோனமுக்குத் தோன்றியது.

நேற்று, இந்தக் குன்றை அடைந்தவுடன் 'இங்கே பார், இங்கே பார், இங்கேதான் அவர்கள் இருக்கிறார்கள். அதோ கடமாவின் ரோமத்தால் நெய்யப்பட்ட அவர்களுடைய கம்பளம்' என்று அந்தக் கருங்குதிரையிடம் அவன் கூவிக்கொண்டிருந்தான். மண்டியிட்டு மண்ணை முகர்ந்தான். பிறகு ஒரு ஆட்டின் கால்குளம்பைக் கண்டெடுத்தான். சமையல் பானையிலிருந்து அவனுடைய குடும்பத்தினர்தான் அதை வீசியெறிந்திருக்க வேண்டும் என்று நினைத்துக்கொண்டான். அதைக் கைகளுக்குள் வைத்து இப்படியும் அப்படியுமாகத் திருப்பிப் பார்த்துக்கொண்டிருந்தான். அண்ணாந்து பார்த்து 'உங்களை ஒரு மாதமாக நான் தேடியலைந்துகொண்டிருக் கிறேன்' என்று கூவினான். 'இன்னும் நீ ஏன் உட்கார்ந்துகொண்டிருக் கிறாய் தாவா? எழு, எழு. எழுந்து என்னிடம் வா. உனக்காக பெய்ஜிங்கில் செய்யப்பட்ட காலணிகளை வாங்கிக்கொண்டு வந்திருக்கிறேன். பெய்ஜிங் எங்கே இருக்கிறது என்று நான் உனக்குச்

சொல்கிறேன். அங்கே எவ்வளவோ இடங்கள் இருக்கின்றன. மயூமுவில் இருக்கும் கடமாக்களைவிட அங்கிருக்கும் இடங்கள் அதிகமானவை. சாகாவில் இருக்கும் என்னுடைய பள்ளியில் நிறைய சாளரங்கள் இருக்கின்றன. வளைந்து வளைந்து செல்லும் படிக்கட்டுகள் இருக்கின்றன.' பிறகு ஓய்ந்து சுற்றுமுற்றும் பார்த்தான். அருகேயிருந்த புல்வெளிப் பிரதேசத்திலிருந்து வீசிய மென்காற்றில் கடமாக்களின் சாண நெடியும் ஆட்டெலும்பின் வாடையும் தெரிந்தன. அவனுடைய காலடியில் கிடந்த கடமாவின் சாணத்தில் புழுக்கள் நெளிந்துகொண்டிருந்தன. அந்தச் சாணம் உப்பிப் பிறகு மெல்ல அடங்குவதை அவன் கவனித்துக்கொண்டிருந்தான்.

இன்றிரவோ அவன் அந்த உயர்ந்த பீடபூமியில்; கும்மிருட்டு. முகத்தைக் கொசுக்கள் மொய்க்க நின்றுகொண்டிருக்கிறான். கொஞ்ச நேரத்துக்கு அவன் நடந்துபார்த்தான். அப்பொழுது ஏரியின் மேற்பரப்பில், மங்கலான, மென்ஊதாநிற நீர்க்குமிழிகள் அலை யடிப்பதைக் கவனித்தான். இங்கேதான் அந்தப் பெண்தெய்வம் சிறுநீர் கழிக்கிறது என்று தனக்குத்தானே முணுமுணுத்துக்கொண்டான். தரையில் படுத்துத் தொலைவுவரை உற்றுப் பார்த்தான். குளிர் காலத்தில், அந்தப் பெண்தெய்வம் ஏரியைவிட்டு அகன்று மலைக் கடவுளைச் சேர்வதற்குச் சென்றுவிடும். இந்த ஏரிதான் அந்தப் பெண்தெய்வத்தின் மதுரசம். ஏரிக்கரை எங்கும் வெண்ணிறப் படிகங்கள் விளிம்பு கட்டியிருந்தன. அங்கேதான் அவள் சிறுநீர் கழித்துக்கொண்டிருக்கிறாள். அதோ அங்கே, அதோ அங்கே... கண்களை மூடி, மெல்ல அவன் துயில்கொண்டான்.

மீண்டும் கண்விழித்த போது புலர்ந்திருந்தது. செந்நிற ஒளியில் அவன் குளித்துக்கொண்டிருந்ததைப் போல் உணர்ந்தான். தான் கண்டுகொண்டிருந்த கனவுலகுக்கு மீள அவன் ஆசைப் பட்டான். மெல்ல மெல்ல, அவனுடைய மனம் தெளிவானது. எழுந்து உட்கார்ந்து தான் வந்த பாதையைத் திரும்பிப் பார்த்தான். தான் எடுத்து வந்திருந்த உணவும் நீரும் தீர்ந்து போய்விட்டது என்பதை அவன் உணர்ந்திருந்தான். தன்னுடைய குதிரையும் ஓடிப்போய்விட்டன என்பதையும் புரிந்துகொண்டான். கூடியவிரைவில் நாடோடிக் கூட்டத்தினர் யாரையும் அவன் பார்க்காமல் போனால், இன்னும் ஒரு நாளைக்கு உயிர்தரிப்பதே இயலாததாகிவிடும் என்றும்

அவனுக்குத் தோன்றியது. அவன் எழுந்து நின்றான். கால்கள் உறுதியாய் நிற்கும் வலுப்பெற்றவுடன் விர்ரென்று தலைக்கு இரத்தம் பாய்ந்தது. கட்டுக்கடங்காதது போல் இதயம் துடிக்கத் தொடங்கியது. பசியில் மிகவும் துவண்டிருந்தான். இந்தப் பாதை வழியாகத்தான் அந்தக் கருங்குதிரை நேற்று தப்பிச் சென்றிருக்கலாம் என்று நினைத்துக் கொண்டான். இந்தச் சரிவு அப்படியொன்றும் மிக செங்குத்தானதாக இல்லை. இடப்புறம் இருந்த பள்ளம் மிகவும் அகன்றது. அந்தக் குதிரையால் நிச்சயம் அதைத் தாண்டிக் குதித்திருக்க முடியாது.

அந்தக் குதிரை இங்கே ஓடி வந்திருந்தால், அதன் முகத்தில் காற்று அறைந்திருக்கும். உண்ணிகளிடமிருந்து தப்பிக்க இந்த ஒரே பாதையைத்தான் அது தேர்ந்தெடுத்திருக்க வேண்டும்.

அவன் ஏரியை உற்றுப் பார்த்தான். அது கொஞ்சமும் சலனமற்று இருந்தது. அந்த வெண்ணிற உப்புப் படிகங்கள் கரையெங்கும் விளிம்பு கட்டி, ஒரு நீண்ட தொழுகைச் சால்வை போல் கிடந்தன. அவனுக்குக் கீழே, ஒளிரும் சூரிய வெளிச்சத்தில், ஒரு நீர்க்குட்டை பனிபோல மின்னிக்கொண்டிருந்தது. தூரத்து சதுப்புநிலங்களின் மீது காட்டு மூலிகை மேடுகள் கம்பளம் விரித்திருந்தன. ஜீவனுள்ள ஒரு உயிரிகூட எங்கும் தென்படவில்லை. ஒரு ஈகூட இல்லை.

மிகுந்த சிரமத்தோடு அவன் மேலே காலடி எடுத்து வைத்து நடந்தான். அந்த ஏரியை அடைந்தவுடன், வலதுபுறமாகத் திரும்பி, கரையோரமாக நடக்கத் தொடங்கினான். அப்படி நடக்கும் போது கடைசியில் ஏதோவொன்றை அவன் காண நேரலாம் என்று நினைத்துக்கொண்டு நடப்பதைப் போலிருந்தது நடந்து சென்ற விதம். மணிக்கணக்காக அப்படியே நடந்துகொண்டிருந்தான். ஆனால் அவன் கண்டதெல்லாம், உப்புப் படிகங்களால் நஞ்சூட்டப்பட்டு உலர்ந்த புல்கரைகளை மட்டுமே. ஏரியிலிருந்து சிறிது நீரை அள்ளிப் பருக முயன்றான். ஆனால் அதன் ருசி மிகவும் மோசமாக இருந்ததால் அதை உடனே அவன் துப்பிவிட வேண்டியதாயிற்று. வயிற்றில் தீப்பிழம்பு கனன்று கொண்டிருந்ததைப் போல இருந்தது. தன்னுடைய மூத்திரம்கூட இதைவிட ருசியாக இருக்கும் என்று தனக்குள் அவன் முனகிக்கொண்டான். பிறகு தலை நிமிர்ந்து பார்க்கும்போது அந்த ஏரி அவனைப் பார்த்துப் புன்னகைத்துக் கொண்டிருந்தது. தங்கை தாவாகூட இப்படித்தான் முறுவலிப்பாள் என்று எண்ணிக்கொண்டான்.

மீண்டும் பொழுது சாயத் தொடங்கியவுடன், நடப்பதை நிறுத்தி

விட்டு அசையாது நின்றான். அந்த கேங்டைஸ் மலைகள் பனி போர்த்தப்பட்டுக் காட்சியளித்தன. அந்த மலையின் முகடுகளில் தென்பட்ட வெளிச்சம் தெளிவாகிக்கொண்டே வந்தது. பிறகு குன்றத் தொடங்கியது. மலைகளைவிட்டு நீங்கிய பிறகு ஒரு கணம் அது வானில் அந்தரத்தில் மிதந்தது. சில வினாடிகளில், எங்கும் இருள் சூழ்ந்தது.

கனத்த காற்று ஸோனத்தின் முகத்தில் அறைந்தது. காற்று அடங்கியதும், அவனுடைய குடும்பம் திடீரென்று கண்முன்னே தோன்றியது. முதலில் அவன் பார்த்தது கூடாரத்தையும், நடுக்கும் சுடரையும், அலுமினிய மூடி போட்ட சமையல் பானையையும்தான். அடித்துக்கொண்டிருந்த ஆவியின் பின்னே அவனுடைய அம்மா நின்றுகொண்டு கடமாவின் பாலிலிருந்து கடையப்பட்ட வெண்ணெய்க் கட்டிகளைப் பானைக்குள் இட்டுக்கொண்டிருந்தாள். சூடான வெண்ணெய் தேநீரின் மணத்தையும் தீயில் வாட்டிய பாலேட்டின் வாசனையையும் அவன் நாசி நுகர்ந்துகொண்டிருந்தது. பிறகு அவன் தாவாவைப் பார்த்தான். அல்லது தாவாதான் அவனைப் பார்த்தாளோ! அவள் மகிழ்ச்சியில் துள்ளிக் குதித்து அவனை நோக்கி விரைந்தோடி வந்தாள். அவனுடைய மார்பில் முகம் புதைத்து அவன் தோள்களை அறைந்தபடி இருந்தாள். சிரித்துக்கொண்டே அவன் அவளைப் பின்தொடர்ந்து கூடாரத்துக்குள் சென்றான்.

கூடாரத்தின் உள்ளே எதுவுமே மாறவில்லை. முன்பிருந்த அதே கடமாத்தோல்தான் இப்பொழுதும் தரையில் விரிக்கப்பட்டிருந்தது. கூடாரத்தின் மையத்தில் இருந்த கம்பத்தில் அவனுடைய அப்பா வழக்கம் போல சாய்ந்துகொண்டு, கணப்பின் கதகதப்பை அனுபவித்துக் கொண்டிருந்தார். கடமா வெண்ணெயைப் போட்டு வைக்கத் தன் வாழ்நாள் முழுவதும் அவன் அம்மா பயன்படுத்திய பை இன்னும் அதே கொக்கியில் தொங்கியபடி இருந்தது.

சாகாவிலிருந்து தான் எடுத்து வந்திருந்த வெண்ணிற வாளியைத் தன் தந்தையின் காலடியில் வைத்தான் ஸோனம். இந்த வாளியைத்தான் அந்தக் கருங்குதிரை தூக்கிக்கொண்டு ஓடிவிட்டது என்று ஸோனம் சொல்லிக்கொண்டிருந்தான். அவனுடைய கடைசித் தங்கை இங்கவாங் கூடாரத்துக்குள்ளே வந்தாள். அவள் வளரவே இல்லை. முன்பொருநாள், அவளுடைய முகத்தில் படிந்திருந்த அடுப்புக்கரியை அவன் துடைத்தபோது வதனத்தில் தவழ்ந்த அதே அசட்டுப் புன்முறுவலோடு இப்பொழுதும் இருந்தாள். தாவா குனிந்து

அடுப்பைப் பார்த்தாள். கெட்டிதட்டிப் போயிருந்த தேநீர்த் தூளை உடைத்து அதை அடுப்பிலிருந்த பானைக்குள் போட்டாள். தான் எடுத்து வந்திருந்த உப்புத்தூள் பையை ஸோனம் அவளிடம் கொடுத்தான். அவள் நன்றாகவே வளர்ந்திருந்தாள். அவனிடமிருந்து அந்த உப்புப் பையை வாங்க அவள் குனிந்த போது அவளுடைய மார்பு குலுங்கி முன்னே ததும்பியது. உணவு வேளைக்குப் பிறகு பள்ளியில் விளையாடும் கால்பந்து மைதானம் உடனே அவனுடைய நினைவில் அலைமோதியது. அந்த மைதானத்துக்கு அடுத்ததாக ஒரு பெரிய குளம் ஒன்று இருந்தது. அதற்குப் பின்புறத்தில்தான் அவனுடைய பள்ளிக்கூடம். நீரில் விழும் அந்தப் பள்ளியின் பிம்பத்தைக் காணும் போதெல்லாம் அதனுடைய வெள்ளையடிக்கப் பட்ட சுவர்களின் சுத்தம் மனத்தைக் கவரும்.

முதுகில் சுமக்கும் தன்னுடைய உடைமைப்பொதியை இறக்கி வைத்தான். அந்தக் கருங்குதிரை இந்தப் பையையும் அல்லவா தூக்கிக்கொண்டு ஓடியிருந்தது என்று தனக்குள் அவன் கேட்டுக் கொண்டான். அந்தப் பொதியைத் திறந்து நெகிழிக் காகிதத்தில் சுற்றப்பட்டிருந்த, நேர்த்தியாக மடிக்கப்பட்டிருந்த சட்டையை எடுத்துத் தன் அம்மாவிடம் கொடுத்தான். அதைப் பார்த்தவுடன் அவனுடைய இரண்டு தங்கைகளும் களிப்பில் கூவினார்கள். அந்தப் பொதி மீது பாய்ந்து, அதிலிருந்தவற்றையெல்லாம் ஒவ்வொன்றாக வெளியே எடுக்க ஆரம்பித்தார்கள். அதில் உள்ளவற்றைத் தொடுவதற்கு முன்பாக அவர்கள் கைகளைச் சுத்தமாகக் கழுவிக் கொண்டுவர வேண்டும் என்று அவன் கூறினான். அவனுடைய அப்பா இப்போது மெல்ல நடந்துவந்து அவற்றைப் பார்த்தார். அவர் நிறையக் குடித்திருந்தார். தஷியின் சகோதரி மகன் ஏற்கெனவே எச்சரித் திருந்ததைப் போல அவர் மிகவும் பலவீனமாகவே இருந்தார். அந்தப் பொதியின் மீது அவர் குனிந்து பார்த்துக்கொண்டிருக்கும் போது கடைந்தெடுத்த பழைய வெண்ணெயைப் போலத் தெரிந்தார். மரக்கிண்ணத்திலிருந்து வாய்க்குக் கொண்டு போகும் ஒவ்வொரு முறையும் அதிலிருந்த பார்லி மதுரசம் அவருடைய கைகளின் மீது தெறித்துக்கொண்டே இருந்தது.

ஸோனத்தின் முதுகில் ஒரு நடுக்கம் பரவித் தண்டு சில்லிட்டது. அவன் உடனே கணப்பை நோக்கி அடியெடுத்து வைத்தான். அது வேனிற்காலமாக இருந்த போதிலும், இரவில் மிகவும் குளிர்ந்து, அவனுடைய கால்கள் மரத்துப் போகும். வெளியே ஆடுகள் கதகதப்பு வேண்டி ஒன்றோடொன்று நெருங்கியடித்துக்கொண்டு அசையும்

சத்தம் அவனுக்குக் கேட்டது. கூடாரத்துக்குள்ளிருந்த உஷ்ணமான ஆவியும், கடமாச் சாணத்தின் நெடியும் மெல்ல அவனுக்குள் இறங்கின. வெண்ணெய்த் தேநீரை ஒரு சில மிடறுகள் விழுங்கி சுவை பார்த்தான். வெண்ணெய் புத்தம் புதிதாக இருந்த போதிலும், தேநீர் போதிய அளவுக்கு ஊறி வேகவில்லை. அது கொஞ்சம் பூஞ்சணம் பிடித்திருந்ததைப் போல் நாக்கில் கசந்தது.

அவனுக்குப் பேசிக்கொண்டேயிருக்க வேண்டும் போல் தவிப்பாயிருந்தது. 'என்ன வேண்டுமோ கேளுங்கள், சொல்கிறேன்' என்றான் அவன். 'நான் வசிக்கின்ற பெரிய கட்டடத்தை நீங்கள் பார்க்க வேண்டும். அது மிகவும் உயரமானது. அதன் ஒவ்வொரு தளத்திலும் அறைகள் இருக்கின்றன.' அவனுடைய பள்ளிக்கு அருகில் இருக்கும் திரையரங்கு நினைவுக்கு வந்தது. 'ஒரு நாள் நாமெல்லோரும் ஒரு திரைப்படத்தைப் பார்க்கலாம்' என்றான். புரியாமல் விழித்த அவர்களுடைய முகங்களைப் பார்த்துவிட்டு அவன் விளக்கம் கொடுத்தான். 'பல்வேறுவகையான திரைப்படங்கள் இருக்கின்றன. நாடக ரீதியான படங்கள், ஆவணப்படங்கள், அயல்நாட்டுப் படங்கள்.' இன்னமும் புரியாமல் குழம்பிப்போய்ப் பார்த்துக் கொண்டிருந்த அவர்களிடம், 'அது வெளியிலிருக்கும் மிகப் பெரிய உலகம். ஆனால், இங்கே இருப்பதைப் போல் மாபெரும் மலைகள் அங்கே இல்லை' என்றான்.

அவன் பேச்சைத் தொடர்ந்தான். அதே நேரத்தில் தன்னுடைய பள்ளிக்கூடத்தையும் நினைத்துக்கொண்டான். தன்னுடைய வகுப்புத் தோழர்களின் பார்வையில் தான் எப்படி ஒரு விசித்திர ஜந்துவாகக் காட்சி தந்தோம் என்பதும் அவனுடைய நினைவுக்கு வந்தது. கடல்மட்டத்திலிருந்து ஐந்தாயிரம் அடி உயரத்தில் இருக்கும் புல்வெளிப் பிரதேசத்திலிருந்து வந்திருக்கும் ஒரு பையன். முதன் முதலாகச் சாகாவில் அவன் காலடியெடுத்து வைத்த போது வீட்டு ஏக்கம் அவனை ஆட்கொண்டது. அந்தக் கூடாரமும், அங்கு வீசிய சாணப்புகையும், வெதுவெதுப்பான பாலும், முடிவற்று நீண்டிருக்கும் கட்டாந்தரைகளும் அவனுடைய கனவில் அடிக்கடி வந்துபோயின. அந்தப் புல்வெளிப் பிரதேசத்தில், உங்கள் வசம் ஒரு குழல் துப்பாக்கியும், கொஞ்சம் வெடிமருந்தும், ஒரு குதிரையும், நாயும் மட்டும் இருந்தால் போதும், நீங்கள் புள்ளிமான்களையும், காட்டு மான்களையும் வேட்டையாடிப் புசித்து, சுதந்திரமாக நட்சத்திரக் கூட்டங்களுக்குக் கீழே படுத்துறங்கலாம். ஆனால், கொஞ்ச காலத்திலேயே, அவனுக்கு அந்த வாழ்க்கை பழகிப் போனது. நவீன

வாழ்க்கையின் சுகங்களையும் விநோதங்களையும் அவன் விரும்பித் துய்க்கத் தொடங்கினான். கடந்த மாதத்தில் சாகாவிலிருந்து கிளம்பி, மயூமுவுக்குச் செல்லும் பேருந்தில் ஏறிய போது, நகரமா அல்லது புல்வெளிப் பிரதேசமா என்று அவனுடைய மனம் இரு வேறாய்ப் புழுங்கி, உடலே இருகூறாய்ப் பிளவுபட்டதைப் போல தோன்றியது.

இப்பொழுது அவனுடைய உடலின் ஒரு பாதிதான் இங்கே வந்திருக்கிறது. துரோல்முலா ஏரிக்கரையில் அமைந்திருக்கும் மிக உயர்ந்த பீடபூமியில், அவனுடைய குடும்பத்தின் கூடாரத்தில் அவன் அமர்ந்திருந்தான். வெளியே சலசலத்துக்கொண்டிருந்த காற்றையும் கடமாக்களையும் ஆடுகளையும் வளர்ப்பது பற்றி அவன் குடும்பத்தினர் பேசிக்கொண்டிருப்பதையும் கவனித்தவாறே அவன் அமர்ந்திருந்தான். தங்கை தாவாவின் சரும வாசனைதான் கேக்கின் நறுமணம் போல் காற்றில் பரவியிருக்கிறது என்று அவன் புரிந்துகொண்டான்.

எழுந்து தலையைக் குனிந்தவாறே கூடாரத்தை ஒரு சுற்று சுற்றிவந்தான். கூடாரத்தின் மையத்தில் இருந்த கம்பத்தின் சொரசொரப்பைக் கொஞ்ச நேரம் தடவிப் பார்த்தான். சிறுவனாக இருந்த காலத்தில், அவன் உருவாக்கிய கத்திகளின் கூர்மையை இந்த மரக்கம்பத்தில்தான் பதம் பார்ப்பதுண்டு. மரத்தாலான உடுப்பு வைக்கும் அலமாரியின் கதவில் பொருத்தப்பட்டிருந்த முகம்பார்க்கும் கண்ணாடியைக் கொஞ்ச நேரம் தடவிப் பார்த்தான். தங்கை தாவா அவனிடம் வந்து எப்பொழுதும் விளையாடுவது போல தலையை முட்டி விளையாடினாள். அவள் முகம் பார்க்கும் கண்ணாடியில் தெரிந்த தன் பிம்பத்தை உற்றுப் பார்த்தாள். அவனுடைய கழுத்தின் மீது அவளுடைய கேசம் படர்ந்திருக்க, அவனும் கண்ணாடி பிரதிபலித்த பிம்பத்தை உற்றுப்பார்த்தபடி இருந்தான். எதுவுமே மாறியிருக்கவில்லை.

மயூமுவுக்கு வர, வீட்டுக்கு வரத் தனக்கு ஒருவேளை விருப்பம் இல்லாமலிருந்ததோ என்று தனக்குள் கேட்டுக்கொண்டான். ‘இப்பொழுது நீ வீட்டுக்கு வந்துவிட்டாயல்லவா? உன்னுடைய குடும்பத்தின் கூடாரத்தை நீ கண்டுபிடித்துவிட்டாயல்லவா? தங்கை தாவாவுக்குப் பொன்னிற ஷிஃபான் சால்வையும், நைலான் காலுறையும், அம்மாவுக்கு ஒரு சட்டையும், ஆரஞ்சுப்பழப்பொடிச் சாறும், சீனத்து நிலக்காட்சிகள் தீட்டப்பட்ட சுருள் ஓவியமும் வாங்கி வந்து கொடுத்திருக்கிறாய் அல்லவா? ஆனால், இந்தப் பரிசுப்

பொருள்களோடு அந்தக் கருங்குதிரை ஓடிவிட்டதே! சாகாவிலிருக்கும் பெண்கள் தோல்காலணிகளை அணிந்திருப்பார்கள் என்று நீ சொல்லிக்கொண்டிருந்தாயே! அவற்றை அணிந்துகொண்டு அவர்கள் எப்படியெல்லாம் நடப்பார்கள் என்று உன் குடும்பத்தினருக்கு நீ நடித்துக் காட்டிக்கொண்டிருந்தாயே! உங்கள் எல்லோரையும் நான் சாகாவுக்குக் கூட்டிச் செல்கிறேன், உங்கள் எல்லோருக்கும் அங்கே வேலை கிடைக்கும் என்றெல்லாம்கூட அவர்களிடம் சொல்லிக்கொண்டிருந்தாயே! அங்கே எதைப் பற்றித் தெரிந்து கொள்ளவும் புத்தகங்கள் கிடைக்கின்றன. சாலைகள் எல்லாம் பாறைகள் போல உறுதியாக இருக்கின்றன. மயூமுவில் இருப்பதைப் போல் நூறு மடங்குக் கடைகள் அங்கே இருக்கின்றன. சாகாவுக்கு ஒருமுறை போய்ப் பார்த்துவிட்டீர்கள் என்றால், உங்களுக்கு இங்கே மீண்டும்வரும் எண்ணமே தோன்றாது என்றெல்லாம் கூறிக் கொண்டிருந்தாயே!'

தங்கை தாவா மெல்ல நடந்துவந்து அவனுக்குப் புதிதாகத் தேநீர் ஊற்றித் தந்தாள். 'உன்னுடைய மேல் பொத்தான்களைக் கழற்றிவிடு' என்று அவள் சொன்னாள். 'உனக்கு வேர்க்கிறது பார். நகரத்தில் நிறையப் பெண்களை நீ பார்த்தாயா?' என்று கேட்டாள்.

அவன் தாவாவின் கண்களை உற்றுப்பார்த்தான். பிறகு அவளுடைய வாயைப் பார்த்தான். 'சாகாவில் இருக்கும் பெண்கள் அங்கி எல்லாம் அணிவதில்லை. அவர்கள் ஜீன்ஸ்தான் அணிகிறார்கள். கடமாவின் கால்களைப் போலவே அவர்களுடைய கால்களும் பளபளவென்றிருக்கும். படுக்கப் போவதற்கு முன்பு தாங்கள் அணிந்திருக்கும் ஜீன்ஸை அவர்கள் கழற்றிவிடுவார்கள். நம்மைப் போல் அங்கியை அணிந்தவாறே அவர்கள் தூங்குவதில்லை.' அவன் இவ்வாறு சொல்லி முடித்தவுடன் தங்கை தாவா பார்வையைத் திருப்பிக்கொண்டாள். அவனும் பார்வையைத் தாழ்த்திக்கொண்டான்.

சாகாவில் இருக்கும் போது, தெருவில் ஒரு பெண் நடந்து செல்வதைப் பார்த்தால், அவனுடைய நினைவுகள் இந்த உயர்ந்த பீடபூமியையும் மேலேயிருந்து அதை அழுத்திக்கொண்டிருக்கும் ஈரப்பதமுள்ள கனத்த காற்றையும் நினைவுக்குக் கொண்டுவரும்.

மீண்டும் ஒரு கனத்த காற்று ஸோனத்தின் முகத்தில் அறைந்தது. துரோல்முலா ஏரியின் சதுப்புநிலங்கள் மெல்ல விழித்தெழுவதைப் பார்த்த ஸோனத்தின் இதயம் துவண்டது. காலைக் கதிரவனின் கிரணங்களை ஏரிக்கரையிலிருக்கும் உப்புப் படிக நாடாக்கள்

நனைத்தெடுத்துக் கொண்டிருந்தன. ‘அந்தக் கருங்குதிரை என்னுடைய பொதியை இந்நேரம் கூடாரத்தில் கொண்டு சேர்த்திருக்கும்’ என்று அவன் தனக்குள் நினைத்துக்கொண்டான். தன்னுடைய குடும்பத்தின் கூடாரத்தை நோக்கி ஒருவித மயக்க நிலையில் தான் நடந்து கொண்டிருப்பதை அவன் உணர்ந்தான். பெமு என்ற பட்டிநாய் அவனை நோக்கி ஓடிவந்து அவனுடைய கால்சாராயின் மீது தலையைத் தடவிக்கொண்டிருந்தது.

நீலவானுக்கு அப்பாலிருந்து கைலாய மலை தன்னை நோக்கி வருவதை அவன் கண்டான். பெண் தெய்வம் தட்கர் தொசாங்மாவைப் போலவே கைலாய மலையும் வெண்மேகங்களால் கோடி போர்த்தியது போல் இருந்தது. நேராக நிற்க முயன்றான். ஆனால் கால்கள் துவள, தரையில் சரிந்தான். அவனுடைய சட்டைப் பையில் செருகப்பட்டிருந்த பால்பாயிண்ட் பேனா உருண்டு இரு புல் நுனிகளுக்கிடையே மறைந்தது.

●

3

எட்டு நச்சுப்பற்கள் கொண்ட கரப்பான்

சூரியன் சிவந்துகொண்டிருக்க, வெண்ணிற மேகப் பொதிகள் தொடுவானை நோக்கி மெல்ல நகர்ந்துகொண்டிருந்தன. சூரிய அஸ்தமனம் மிகவும் ரம்யமாக இருக்கும் என்று தோன்றியது. என்னுடைய புகைப்படக் கருவியின் ஊடாகக் காட்சியை சரிபார்த்துக் கொண்டேன். கிழக்கிலிருந்த மலைகளின் மீது பனி படர்ந்திருக்க வில்லை. அந்த மலைகளுக்கு முன்பாக வரிசை கட்டியிருந்த குன்றுகள் சற்றே அவலட்சணமான முகப்புப் போல் தோன்றின. காட்சி இன்னும் நன்றாக அமைய வேண்டுமென்றால் நான் குன்றின் மீது ஏறியாக வேண்டும். திபெத்தின் மேற்கு எல்லையில், ஏரிகளும் குன்றுகளும் நிறைந்த, உயர்ந்த சங்தாங் பீடபூமியில் நான் நின்றுகொண்டிருந்தேன். அது புகைப்படங்கள் எடுக்க மிகத் தோதான இடம். ஆனால் அந்த பூமியெங்கிலும் நதிகளும் ஓடைகளும் குறுக்கும் நெடுக்குமாகப் பாய்ந்துகொண்டிருந்தன. இதனால் அங்கே வழிதவறிப் போவது மிகவும் இயல்பானது.

குன்றின் முகட்டை நான் தொட்டபொழுது கதிரவன் தொடுவானி லிருந்து சாய்ந்துவிட்டிருந்தான். மங்கிக்கொண்டிருக்கும் வெளிச்சத்தில் அங்கே காட்சிதந்த மேய்ச்சல் வெளிகளைக் கவனமாக ஆராய்ந்து கொண்டிருந்தேன். சற்றுநேரம் கழித்துப் பார்த்தபொழுது, நான் திரும்பிச் செல்ல வேண்டிய பாதை இருளில் புதைந்துவிட்டதைக் கண்டேன். எனக்கு முன்னே விரிந்திருந்த மேய்ச்சல்வெளிப் பிரதேசங்களும் அடர்இருட்டில் மூழ்கிவிட்டிருந்தன. கண்ணுக்கு எட்டிய தூரம்வரை கூடாரங்களின் வெளியே கனன்றுகொண்டிருக்கும் கூம்பின் தீப்பிழம்பைக் காணமுடியவில்லை. மீண்டும் விண்மீன் களுக்கு அடியில்தான் படுத்துறங்க வேண்டியிருக்கும் என்று தோன்றியது. காற்று மென்மையாக வீசிக்கொண்டிருந்தது. ஒரு சரிவில் உட்கார்ந்து, பேன்கானில் வாங்கியிருந்த பிஸ்கட்டுகளைத் தின்று

முடித்தேன். பிறகு, காற்சட்டைப் பைக்குள் கையை விட்டுத் துழாவி, சந்தையிலிருந்த ஒரு கடையிலிருந்து கள்ளத்தனமாக எடுத்துவந்திருந்த, கடமாவின் உலர்பாலாடைக் கட்டிகள் இரண்டை வெளியே எடுத்தேன். ஒன்றை வாய்க்குள் போட்டேன். போட்டவுடன் அதன் துவர்ப்பு சகிக்கமுடியாததாக இருந்தது. கிட்டத்தட்ட அதைத் துப்பி விட்டேன். ஆனால், அந்தக் கட்டி இளகியதும் உண்டான பாலின் சுவை பரிச்சயமானதாகவும் இதமாகவும் இருந்தது.

இரவுக்காற்று வலுப்பதற்கு முன்பாகவே சுருட்டி வைத்திருந்த படுக்கைப் பையை விரித்து, காலணிகளைக் கூடக் கழற்றாமல் உள்ளே என்னை நுழைத்துக்கொண்டேன். கருமையான வானத்தைப் பார்த்தவாறே மல்லாந்து படுத்துக்கொண்டு வாழ்க்கையைப் பற்றியும், மரணத்தைப் பற்றியும் யோசித்துக்கொண்டிருந்தேன். திபெத்தியர் களுக்கு மரணம் என்பது துக்கமல்ல. மாறாக அதுவும் வாழ்க்கையின் இன்னொரு படிநிலைதான். ஆனால், கோவில்களின் வாசல்களில் நெற்றி நிலம் தொடத் தரையில் வீழ்ந்து மணிக்கணக்காகத் தொழுது கொண்டிருக்கும் யாத்ரீகர்களை மட்டும் என்னால் புரிந்துகொள்ள முடிந்ததேயில்லை. பாவத்திற்கான தண்டனையை எண்ணி மனிதர்கள் எதற்காக இப்படிக் கலங்க வேண்டும்?

எனக்குப் பசித்தது. வயிறு காய்ந்திருந்தது. உதரத்திலிருந்து சுழன்றடித்துக் கொஞ்சம் வாயு குதத்தின் வழியே வெளியேறியது. வயிற்றின் சங்கடம் நீங்க ஒருக்களித்துப் படுத்தேன். குளிரத் தொடங்கியிருந்தது. அண்ணாந்து பார்த்து காற்றின் திசையைக் கணித்தேன். அது கிழக்கிலிருந்து மேற்காக வீசிக்கொண்டிருந்ததைப் பார்த்துக் கொஞ்சம் நிம்மதியடைந்தேன். மேற்கே ஒரு ஆறும், அதற்கப்பால் கட்டாந்தரையான சமவெளியும் இருந்தன. காற்றில் என் வாசனையை மோப்பம் கண்டுகொள்ள முடிகிற காட்டுநாய்களால் என்னை வந்தடைய முடியாது. என்னுடைய பையிலிருந்து ஒரு குறுவாளை உருவிக் கையில் பற்றிக்கொண்டு படுத்துறங்கப் போனேன். ஆனால், கண்களை மூடியவுடன் அதிபயங்கரமான கற்பனைக்காட்சிகள் என்னைத் துன்புறுத்தத் தொடங்கின. ஒரு கொடிய கடமா என்னை மிதித்துத் துவம்சம் செய்ய ஓடிவந்தது. ஒரு காட்டுநாய் நான் முதுகில் சுமந்து வந்திருந்த பையைத் தூக்கிக்கொண்டு ஓடியது. ஒரு ஓநாய் என் பின்னே பதுங்கிவந்து சத்தமின்றி என்னுடைய நீண்ட, மெல்லிய கழுத்தைக் கவ்விக்கொண்டிருந்தது. பசித்த பேய்க்கூட்டம் ஒன்று என்னைச் சூழ்ந்துகொண்டு என் காது, மூக்கு, கை, கால் என்று ஒவ்வொரு அவயவமாக ஏதோ முள்ளங்கியை

மெல்லுவதைப் போல் மெல்லத் தொடங்கியது.

இதிலிருந்து தப்பிக்க, பெண்களையும் அவர்களுடைய மார்பகக் கச்சுகளின் உள்ளே வீசும் சுகந்தத்தையும் மனம் கற்பனை செய்ய ஆரம்பித்தது.

நான் நடந்து வந்த திசையில் திரும்பிப் பார்த்தேன். ஒரு அசைவற்ற, மங்கலான ஒளி தெரிந்தது. உடனே புகைப்படக் கருவியை எடுத்து உருப்பெருக்கி ஆடியின் வழியாக உற்று நோக்கினேன். ஒரு கூடாரத்தின் உச்சியில் இருந்த சதுரமான காற்றுப்போக்கியின் வழியாக அந்த வெளிச்சம் கசிந்து வருகிறது என்று கண்டுகொண்டேன். அந்தக் கூடாரத்திற்குள் அன்றிரவைக் கழிக்க அங்கே இருப்பவர் எனக்கு அனுமதி கொடுக்கலாமென்று நம்பினேன். என் படுக்கைப் பையிலிருந்து வெளியேறி, இருட்டில் தட்டுத்தடுமாறி குன்றின் சரிவில் வழி தேடி இறங்கினேன். இரண்டு மணி நேரத்துக்குப் பிறகு ஒருவழியாக அந்தக் கூடாரத்தை அடைந்தேன். கூடாரத்தை நெருங்குவதற்கு முன்பாக நாய்கள் எதுவும் இருக்கின்றனவா என்று தெரிந்துகொள்வதற்காக சின்னதாய் ஒரு சப்தம் கொடுத்தேன். நாய் எதுவும் பாய்ந்து வரவில்லை. ஆகவே கூடார வாயிற் திரைச்சீலையை உயர்த்தி உள்ளே எட்டிப் பார்த்தேன். கணப்பின் அருகே ஒரு கிழவன் எந்த அசைவுமில்லாமல் அமர்ந்திருந்தான். திபெத்திய மொழியில் அவனுக்கு முகமன் கூறினேன். அவன் தலையைத் திருப்பி என்னைப் பார்த்தான். ஆனால் ஆரம்பத்தில் அவனால் என்னைத் தெளிவாகப் பார்க்க முடியவில்லை. அவன் ஒருவேளை நீண்ட நேரமாக தீச்சுடரை வெறித்துப் பார்த்தவாறு இருந்திருக்க வேண்டும். நான் கணப்பருகே சென்று அமரும்வரை நான் ஹான் இனத்தைச் சேர்ந்த சீனன் என்பதை அவன் உணரவில்லை. என்னைப் பார்த்து முறுவலித்து நான் எங்கிருந்து வருகிறேனென்று அவன் வினவினான். குன்றுகளின் மீது ஏறியிறங்கி சூரிய அஸ்தமனத்தைப் புகைப்படம் எடுத்துக் கொண்டிருக்கிறேன் என்று என்னை நான் அறிமுகப்படுத்திக் கொண்டேன். முந்தினநாள் நான் துஓபா எனும் கிராமத்தில் தங்கியிருந்தேன் என்றும் சொன்னேன். புகைப்படக்கருவி என்றால் என்னவென்று தெரியும் என்று அவன் சொன்னான். இளைஞனாக இருந்த காலத்தில் சேரா எனும் பௌத்த மடாலயத்தில் ஒரு வெண்கல புத்தர் சிலையைத் தான் செப்பனிட்டுக் கொண்டிருந்ததாகவும் அப்பொழுது சில மேற்கத்திய மற்றும் சீனப் பயணிகளைப் பார்த்திருப்பதாகவும் சொன்னான். அங்கே வேலைபார்த்துக் கொண்டிருந்த காலத்தில் ஓரளவுக்குச் சீன மொழியையும் பேசக்

கற்றுக்கொண்டிருந்ததாகவும் சொன்னான்.

நான் முதுகில் சுமந்துகொண்டிருந்த பையைக் கீழே இறக்கி வைத்து விட்டுக் கூடாரத்தின் உள்ளே சுற்றும்முற்றும் பார்த்தேன். கூடாரம் காலியாக இருந்தது. அடுப்புக்கூட்டுவதற்காகக் கிடந்த கற்கள் கிட்டத்தட்ட வெந்து போயிருந்தன. அது அனேகமாக நாடோடிகள் கூடாரமடித்துத் தங்கத் தோதான இடமாக இருந்திருக்கக்கூடும். கிழவன் அன்று காலையோ அல்லது முந்தின நாளோதான் அங்கே வந்து சேர்ந்திருக்க வேண்டும். சாப்பிட ஏதாவது கிடைக்குமா என்று பார்க்க மீண்டும் கூடாரத்துக்குள் கண்களைச் சுழலவிட்டேன். ஆனால் கிழவன் அமர்ந்திருந்த ஒரு பழைய ஆட்டுத்தோல், ஒரு குதிரை அல்லது கடமாவுக்கான சேணம், ஒரு அலுமினிய சருவச்சட்டி ஆகியவற்றை மட்டும்தான் என்னால் பார்க்க முடிந்தது. சாப்பிட ஏதாவது கிடைக்குமா என்று அந்தக் கிழவனைக் கேட்டேன். உண்பதற்கு அங்கே எதுவும் கிடையாது என்று அவன் சொன்னான். கணப்பின் அருகே கைகளைக் காட்டி சூடாக்கிக்கொண்டேன். தனக்குப் பின்னே இருந்த, அப்போதுதான் அறுத்து வந்திருந்த காட்டுப் புல்லையும், சுள்ளிக்கட்டையும் எட்டி இழுத்து வைத்துக்கொண்டான் கிழவன். என்னிடம் அவன் தொடர்ந்து பேசிக்கொண்டே இருந்தான். ஆனால் உரையாடலைத் தொடர முடியாத அளவுக்குப் பசியால் நான் துவண்டு போயிருந்தேன். அதனால் மெல்லிய உறுமலையே அவ்வப்பொழுது பதிலாகத் தந்துகொண்டிருந்தேன். என்னுடைய சிந்தனை தெளிவில்லாமல் போகப்போக, அவன் பேச்சை நிறுத்தி விட்டு, இடுப்பில் இருந்த பட்டையை இறுக்கிக் கட்டிக்கொண்டு, இரவின் இருளில் வெளியே நடந்து மறைந்தான். அவனிடமிருந்த ஆட்டுத்தோல் ஒன்றின் மீது என்னுடைய படுக்கைப்பையை விரித்து, உள்ளே என்னை நுழைத்துக்கொண்டு கண்களை மூடினேன்.

கண்ணயரும் வேளையில் வெளியே ஒரு பயங்கரமான ஓசை கேட்டது. ஏதோ ஒரு காட்டுவிலங்கு தன்னுடைய காலடிக் குளம்புகளை உதைத்துக் கொண்டிருக்கும் ஓசை போலத் தோன்றியது. எழுந்து உட்கார்ந்து, என்னுடைய கத்தியைக் கையில் பற்றிக்கொண்டு வாயிற் திரைச்சீலையை உயர்த்திப் பார்த்தேன். ஒரு கடமாவை இழுத்துக்கொண்டு கிழவன் கூடாரத்தை நோக்கி நடந்துவந்து கொண்டிருந்தான். ஒற்றைக் கையால் அந்தக் கடமாவின் கொம்பை பற்றிக்கொண்டு மற்றொரு கையால் அதன் வாயைப் பிடித்து அந்த விலங்கை அவன் இழுத்து வந்துகொண்டிருந்தான். அவனுடைய பிடியிலிருந்து தன்னை விடுவித்துக்கொள்ள அந்தக் கடமா திமிறிக்

கொண்டிருந்தது. நான் ஒத்தாசைக்கரம் நீட்டினேன். ஆனால் கிழவன் என்னை ஒதுங்கி இருக்கச் சொன்னான். அந்தக் கடமாவின் தலையைக் கீழ்நோக்கி அழுத்தியபடி தன்னுடைய இடுப்புப் பட்டையிலிருந்து ஒரு கத்தியை உருவி விரித்து அதை அந்தக் கடமாவின் கழுத்துக்குள் பாய்ச்சினான். உடனே தன் தலையில் அணிந்திருந்த தொப்பியை எடுத்துவீசி, அந்தக் காயத்திலிருந்து பீய்ச்சியடித்த இரத்தத்தைச் சேகரித்தான். கால்களை உதைத்துக் கொண்டு அந்தக் கடமா கதறியது. கடைசியில் தன்னுடைய பிடியைத் தளர்த்தி அந்த விலங்கைத் தள்ளிவிட்டு அது இருளுக்குள் நிலைதடுமாறி மீள்வதைப் பார்த்துக் கொண்டிருந்தான். கூடாரத்துக்குள் நுழைந்து அந்தத் தொப்பியில் இருந்த இரத்தத்தை என்னிடம் நீட்டினான். தன்னுடைய ஆட்டுத்தோல் போர்வைக்குத் திரும்பிக்கொண்டே, 'குடி' என்று என்னிடம் சொன்னான். ஒரு சிகரெட்டைத் தேடியெடுத்துப் பற்றவைத்துக் கொண்டு, கையிலிருந்து ஒழுகிக்கொண்டிருந்த இரத்தத்தைச் சப்பினான்.

ரத்தம் நிறைந்த தொப்பியை என் முன்னே வைத்துக்கொண்டு அதன் ஆவியும் நுரையும் மெல்ல அடங்குவதைப் பார்த்துக் கொண்டிருந்தேன்.

இனி உறக்கம் கொள்ளும் மனநிலையில் நான் இருக்கவில்லை. அதனால் அந்த இரத்தம் உறையும் நேரம்வரை அவனோடு பேச்சுக் கொடுத்தவாறிருந்தேன். தான் சியு என்னும் கிராமத்துக்கருகே இருக்கும் மேய்ச்சல்வெளிகளில் வசிக்கும் நாடோடிக் கூட்டத்தைச் சேர்ந்தவன் என்று அவன் என்னிடம் கூறினான். ஆறு மாதங்களுக்கு முன்பாக அவன் ஷிகாட்சே எனும் நகருக்குச் சென்று தனக்கு உடைமையாயிருந்த அனைத்து ஆடுகள், கடமாக்கள் என்று எல்லாவற்றையும் விற்றுவிட்டு அதன் மூலம் கிட்டிய மொத்தத் தொகையையும் தஷிலிம்ப்போ எனும் பௌத்த மடாலயத்துக்குத் தானமாக வழங்கிவிட்டான். இனிமேற்கொண்டு அவன் என்ன செய்வதாக உத்தேசித்திருக்கிறான் என்று வினவினேன். அதற்கு, கேங்டைஸ் மலைகளுக்கு யாத்திரை செல்லும் வழியில் தான் தங்கி இருப்பதாகவும், அங்கு சென்று புத்தரை வழிபட்டு, தன்னுடைய பாவங்களையெல்லாம் மானசரோவர் ஏரியில் கரைக்கப்போவதாகவும் கூறினான். தனக்கு ஒரு மகள் இருந்ததாக அவன் என்னிடம் சொன்னான். அவள் எங்கே இருக்கிறாள் என்று நான் அவனிடம் கேட்டேன். ஆனால், அதற்கு அவன் பதிலேதும் சொல்லவில்லை. அவனுடைய விழிகள் இடமும் வலமுமாய் அலைபாய்ந்தவாறிருந்தன.

அவன் மது அருந்த ஏங்கிக்கொண்டிருப்பது பார்த்தாலே தெரிந்தது. அதனால் அவன் கவனத்தை மாற்ற என்னுடைய சட்டைப் பையி லிருந்து ஒரு சிகரெட்டை எடுத்து அவனிடம் வீசினேன்.

தன்னுடைய கதையை அவன் என்னிடம் கூறி முடித்தவுடன் நான் லாசாவில் பார்த்திருந்த ஒரு பெண்ணை நினைத்துக்கொண்டேன். அவளைப் பற்றி இவனிடம் சொல்லலாமா வேண்டாமா என்று யோசித்துக்கொண்டிருந்தேன். கடைசியில் வேண்டாம் என்று விட்டு விட்டேன். அவளைப் பற்றி ஏதாவது சொல்லப் போக, அவன் மேலும் தகவல்கள் கேட்டு என்னை நச்சரிப்பானோ என்று தோன்றியது. அதையும்விட, இப்பொழுது அவனுடைய மகள் இருக்கும் நிலையை நான் விவரித்தால் அவன் மதியிழந்துவிடுவானோ என்ற அச்சமும் எனக்கிருந்தது.

அவன் சொன்ன கதை இதுதான்:

'என்னுடைய ஆடு மாடுகளை விற்ற பிறகு புத்தரை வழிபட நான் தஷிலிம்ப்போ மடாலயத்துக்குச் சென்றேன். புத்தரிடம் என் மகளைக் காப்பாற்ற வேண்டிக்கொண்டேன். நான் இறந்த பிறகு மீண்டும் அவளைச் சொர்க்கத்தில் பார்க்க அருள் புரியவும் வேண்டிக் கொண்டேன். கைலாய மலையைப் பத்தொன்பது முறை வலம்வந்த பிறகு நேராகச் சொர்க்கத்துக்குச் செல்ல எனக்கு அருள்புரிய வேண்டும் என்றும் நான் புத்தரிடம் இறைஞ்சினேன். எல்லாமே நான் செய்த பாவம்தான்...'

'பதினான்கு வயதுவரை நான் என்னுடைய அம்மாவின் மார்பில் பால்குடித்து வளர்ந்தேன். அவளுக்கு மாரில் பால் வற்றவேயில்லை. 1959ஆம் ஆண்டு நடந்த திபெத்திய கலகத்தில் என் அப்பா கொல்லப் பட்டார். சியு மேய்ச்சல்வெளிகள் எல்லாம் இப்பொழுது ஆளரவமற்ற வனாந்தரமாகிவிட்டன. அங்கே நீ பயணம் போகும்போது நேரிலேயே பார்க்கலாம். என் அம்மாவோடு உறவுகொள்ளும் போது எனக்குப் பதினாறு வயது. ஆண்டுதோறும் நடக்கும் ஆட்டு ரோம சிரைப்பு விழாவுக்காகவோ, அல்லது தயிர்கடையும் விழாவுக்காகவோ சியு கிராமத்திற்குச் செல்லும் போதெல்லாம் நான் பிற பெண்களைப் பார்ப்பதுண்டு. ஆனாலும் அம்மாவிடம் நான்கொண்டிருந்த பிணைப்பை ஏதோ காரணத்தால் என்னால் அறுத்துக்கொள்ள முடியாமல் போனது. சில நேரங்களில் அதைப் பற்றி வெட்கப்பட்டு அவள் அழுவாள். ஆனாலும் இந்த விஷயத்தில் எங்களால் வேறெதுவும் செய்ய முடியவில்லை. என்னை அவள் ஒண்டியாகவே

வளர்த்து ஆளாக்கினாள். அப்பா காலமான பிறகு அவள் தன்னுடைய வாழ்வை எனக்காகவே அர்ப்பணித்து இதர காடோடிகளிடமிருந்து ஒதுங்கி வாழத் தொடங்கினாள். பிறகு ஒரு வருடத்தில், சியு கிராமத் திற்குச் சென்ற போது, லாசாவிலிருக்கும் சேரா மடாலயத்தில் வெண்கல புத்தர் சிலையைச் செப்பம் செய்ய ஆட்களை வேலைக்கு அமர்த்துகிறார்கள் என்று கேள்விப்பட்டேன். அம்மாவிடமிருந்து தப்பிக்க இதை ஒரு வாய்ப்பாகப் பார்த்தேன். அதனால் வீட்டை விட்டு வெளியேறி லாசாவுக்குப் பயணம் செய்தேன். எங்களுடைய மகள் மெதோக்குக்கு அப்பொழுது ஒன்பது வயதாகியிருந்தது. அவள் என் அன்னையின் மகள் என்பதைத் தெரிந்துகொண்டிருந்தால் தன்னுடைய வாழ்க்கையை அவள் எப்படி இயல்பாகப் பார்த்திருக்க முடியும்?'

'நான் சேராவில் இருந்த காலத்தில் பல்வேறு விஷயங்களைக் கற்றுக்கொண்டேன். ஆனால் ஒருவரிடம் கூட நான் செய்த பாவங் களைப் பற்றி மூச்சுக் காட்டியதில்லை. ஒவ்வொரு நாளும், வேலை முடிந்த பிறகு கோவிலின் வாயிலில் நெடுஞ்சாண்கிடையாக விழுந்து வணங்கி என்னுடைய ஆன்மாவில் படிந்திருக்கும் பாவக் கறையை நீக்க வேண்டிக்கொள்வேன். ஆனால், அம்மாவின் முலைகளைச் சப்பிப் பழக்கப்பட்டுவிட்ட நான், அந்த மடாலயத்தில் இருந்த காலத்தில் என்னுடைய விரல்களைச் சூப்பத் தொடங்கினேன்.'

தன்னுடைய விரல்களில் படிந்திருந்த கடமாவின் இரத்தத்தைக் கொஞ்ச நேரம் முன்பு அவன் எப்படிப் பேராசையோடு சப்பி விழுங்கினான் என்பது உடனே என் நினைவுக்கு வந்தது. அவனுடைய தோல் கருத்திருந்தது. கலைந்திருந்த முடியை ஒரு சிவப்பு நூலால் பின்னால் இழுத்துப் பிடித்துக் கட்டியிருந்தான். புடைத்திருந்த அவனுடைய நெற்றி நரம்புகளின் மீது கணப்பின் கனலொளி குறுக்கும் நெடுக்குமாய் நடனமாடிக்கொண்டிருந்தது. பேசும்போது கையை கையை நீட்டிப் பேசிக்கொண்டிருந்தான் கிழவன். கட்டுக்குள் அடங்காத முடிக்கற்றைகள், தலையை ஆட்டும் போது கண்களின் குறுக்கே ஊஞ்சலாடிக்கொண்டிருந்தன.

'லாசாவில் ஐந்து வருடங்களைக் கழித்த பிறகு என்னுடைய பாவங்கள் கழுவப்பட்டுவிட்டன என்று நான் நம்பினேன். அதனால் வீடு திரும்பினேன். இப்பொழுது மெதோக்குக்குப் பதினான்கு வயதாகியிருந்தது. அவளுக்காக கொஞ்சம் உடுப்புகளும் ஒரு ஜதை மென்காலணிகளும் வாங்கிவந்திருந்தேன். தான் அணியும்

துப்பட்டாவை அவளாகவே நெய்துகொள்ள மெதோக் இப்பொழுது பழகியிருந்தாள். சில நேரங்களில் அவள் என் மடிமீது உட்கார்ந்து கொண்டு லாசா பாணியில் சிகையை அலங்கரித்துக்கொள்வாள். அடுத்த இரண்டாண்டுகளில் அவள் மதமதவென்று வளர்ந்து நின்று அவளுடைய அம்மாவை நினைவுபடுத்தத் தொடங்கினாள். மேய்ச்சல் வெளிப் பிரதேசங்களில் ஆண்களைப் போலவே பெண்களும் நண்பகல்வேளைகளில் இடுப்புவரை திறந்த மார்போடு இருப்பார்கள். உனக்கும்கூட இது தெரிந்திருக்கும்.'

இப்படிப்பட்ட கோலத்தில் பெண்கள் நடமாடுவதை நான் பார்த்திருப்பதாக அவனிடம் கூறினேன். பிறகு, அவனுடைய அம்மாவுக்கு என்ன ஆயிற்றென்று வினவினேன்.

'நான் லாசாவிலிருந்து திரும்பி இரண்டாண்டுகள் கழித்து அவள் காலமாகிவிட்டாள்' என்றான் அவன். கடமாக்களை ஒன்று திரட்டி வீட்டிற்கு ஓட்டி வருவதற்காக மேய்ச்சல் வெளிகளுக்குச் செல்லும் நேரத்தில் மெதோக்கின் திறந்த மார்பு என் உணர்வுகளைத் தூண்டி விடும். ஒரு நாள் நான் நிதானம் இழந்தேன். ஒரு செம்மறியாட்டைப் பிடித்து அதன் காம்புகளைச் சப்பத் தொடங்கினேன். நான் இப்படிச் செய்வதை மெதோக் பார்த்துவிட்டாள். அன்றிலிருந்து அவள் தன்னை முழுதாக மூடி மறைத்துக்கொள்ள ஆரம்பித்தாள். அதேமாதிரி, என்னைவிட்டு எவ்வளவு முடியுமோ அவ்வளவு தூரத்துக்குத் தள்ளிப் படுக்கவும் ஆரம்பித்தாள். நான் குடிக்க ஆரம்பித்தேன். என்னுடைய பழைய வழக்கங்கள் என்னை மீண்டும் தொற்றிக் கொள்ளுமோ என்று நடுங்க ஆரம்பித்தேன்.

எங்களிடம் விற்பதற்கு புலித்தோலோ புராதனப் பொருள்களோ இருக்கின்றனவா என்று கேட்டு ஒரு வியாபாரி கடந்த வேனிற் காலத்தின் போது எங்களுடைய கூடாரத்துக்கு வந்தான். அவனுடைய பெயர் தோந்துரூப். நன்கு படித்தவன். சீனமொழியில் அவனால் சரளமாகப் பேச முடிந்தது. லாசாவில் யாரிடமோ சம்பளத்துக்கு வேலை பார்ப்பதாக அவன் எங்களிடம் சொன்னான். ஆனால், உண்மையில் அவன் மிகவும் மோசமான மனிதன். செத்தவுடன் அவன் நரகத்திற்குத்தான் போவான். அவனுடைய வண்டி முழுதும் நாடோடிகளிடம் விற்பதற்கென்று பொருள்கள் அடைந்திருக்கும். அலுமினியச் சட்டிகள், ப்ளாஸ்டிக் தேநீர்க்குடுவைகள், வண்ண வண்ண ஜடைகள் என்று.'

'உங்கள் மகளை அவன் காதலித்தானா?' என்று நான் அவனைக்

குறுக்கிட்டுக் கேட்டேன்.

'எங்களுடைய கூடாரத்தில் அவனை நான் தங்க அனுமதித்தேன். தான் படுத்துறங்க வைத்திருந்த மெத்தையை அவன் என்னுடைய மகளுக்கு அருகில் விரித்துக் கொண்டான். வந்த முதல் நாளிரவிலேயே அவன் அவளோடு சேர்ந்து உறங்கினான். மெதோக் மென்மையாக முனகுவதை என்னால் கேட்க முடிந்தது. அது என்னை நிலைகுலையச் செய்துவிட்டது. ஆனால் நான் மீண்டும் பழைய வழக்கங்களுக்கு அடிமையாகாமலிருக்க வேண்டுமானால், அவன் மெதோக்கைக் கல்யாணம் செய்துகொண்டு கூட்டிப் போய்விட வேண்டும் என்று என்னுடைய மனதின் ஒரு பகுதி ஆசைப்பட்டது. அன்று இரவு நான் மீண்டும் விரல் சூப்பத் தொடங்கினேன்.

'தோந்துரூப் எங்களோடு இரண்டு வாரங்கள் தங்கினான். வறுத்த இறைச்சியையும், மதுவையும் மெதோக் அவனுக்கு ஒவ்வொரு நாளும் பரிமாறினாள். அதற்குப் பதிலாக அவன் அவளுக்கு கேச அலங்காரத் திற்கு ஒரு ஆபரணத்தையும், இரண்டு ப்ளாஸ்டிக் வளையல்களையும் கொடுத்தான். பகல்வேளைகளில் அவர்கள் இருவரும் தனித்து இருப்பதற்கு வசதியாக என்னுடைய மந்தைகளை நான் வெளியே ஓட்டிச் சென்றுவிடுவேன். ஆனால் தோந்துரூப்பின் நடத்தை நாளுக்கு நாள் மோசமாகிக்கொண்டே வந்தது. அவனுக்கு முப்பது வயதுகூட ஆகியிருக்கவில்லை. என்றாலும் வயோதிகர்கள் பெண்களை வைவதைப் போல் மிக மோசமாக அவன் அவளை வையத் தொடங்கினான். மெதோக் மட்டும் அவனிடம் மிகவும் பிரியமாக இல்லாமல் போயிருந்தால், அவனை நையப்புடைத்து விரட்டி விட்டிருப்பேன்.'

'அவர்கள் இருவரும் கிளம்பிச் செல்வதற்கு முந்தைய நாள் நான் அளவுக்கதிகமாக மதுவருந்தியிருந்தேன். அந்த அளவுக்கு நான் குடித்திருக்கக்கூடாது.' கிழவன் இப்பொழுது கொஞ்சம் நடுக்கத்தோடு என் கண்களை நேருக்கு நேராய்ப் பார்த்துப் பேசினான். கடமா இரத்தம் உறைந்திருந்தது. நான் அதைச் சுரண்டி எடுத்துவிட்டு காலியான தொப்பியை அவனிடம் நீட்டினேன். பிறகு என்னுடைய கத்தியை எடுத்து உறைந்த இரத்தத்தை இரண்டு துண்டாக்கி ஒன்றை அவனுக்குக் கொடுத்தேன். என்னை நிமிர்ந்து பார்க்காமலே அவன் அதை வாங்கிக்கொண்டான். பிறகு நடுங்கும் கைகளால் அதை அப்படியே வாய்க்குள் திணித்துக்கொண்டான்.

பிறகு என்னை நிமிர்ந்து பார்த்து, 'தோந்துரூப்தான் என்னுடைய

மதுக்கோப்பையை நிரப்பிக்கொண்டிருந்தான்' என்றான்.

அவன் பொய் சொல்கிறான் என்று ஏனோ எனக்குப் பட்டது. அதனால் நான் பார்வையைத் தாழ்த்திக்கொண்டு என் கையிலிருந்த உறைந்த இரத்தத்துண்டை வெறித்துக்கொண்டிருந்தேன். அந்த இரத்தத் துண்டின் அறுபட்ட பகுதி மீது கணப்பின் கனல் பட்டு மின்னியது. என்னுடைய கத்தியிலிருந்து பிரதிபலிக்கும் ஒளி அவன் முகத்தைத் தீண்டிக்கொண்டிருந்ததை என்னால் உணர முடிந்தது.

'தோந்துரூப்பும் அநேகமாகக் குடிபோதையில்தான் இருந்திருக்க வேண்டும்' என்று கிழவன் பேச்சைத் தொடர்ந்தான். 'என்னுடைய மகளை நன்றாக வைத்துக்கொள்ளும்படி அவனைக் கேட்டுக் கொண்டேன். அவளைத் தன்னந் தனியனாக வளர்ப்பது அப்படி ஒன்றும் சாதாரணமான காரியமாக எனக்கு இருக்கவில்லை என்று நான் அவனிடம் சொன்னேன். அவளை நல்லபடியாக வைத்துக் காப்பாற்றுவதாக அவன் எனக்கு வாக்களித்தான். ஆனால் சற்று நேரம் கழித்து அவன் என்னை 'அப்பா' என்று கூப்பிட்ட போது நான் பலமாகச் சிரித்தேன். மெதோக் என் அம்மாவின் குழந்தை என்று அவனிடம் நான் சொன்னேன். இதைக் கேட்டவுடன் மெதோக் வீறிட்டாள். நான் ஏதோ உளறுகிறேன் என்று அவள் தோந்துரூப்பிடம் கூறினாள். ஆனால், நான் சொன்னதைக் கேட்டு தோந்துரூப் ஆர்வமாகிவிட்டான். மேலும் மதுவை என் கோப்பையில் நிரப்பினான். அதன் பிறகு என் புத்தி அறவே பிசகிவிட்டது. மெதோக்கோடு படுத்துறங்க என்னை அனுமதிக்க வேண்டுமென்று நான் தோந்துரூப்பைக் கேட்டுக்கொண்டேன். அதற்கு தோந்துரூப் ஒத்துக்கொண்டான். ஆனால் மெதோக் என்னை ஆக்ரோஷமாக உதைத்து குத்தத் தொடங்கினாள். தோந்துரூப் அவளை இறுகப் பற்றி, 'இன்றிரவு நீ உன் அப்பாவோடு படுக்கவில்லை என்றால் உன்னை நான் என்னோடு கூட்டிக்கொண்டு போகமாட்டேன்' என்று சொன்னான். மெதோக் ஸ்தம்பித்து நின்றாள். பிறகு அவள் ஒரு வார்த்தையும் பேசவில்லை.

'மறுநாள் காலை நான் எழுந்த பார்த்த போது, அவள் மீது நான் படுத்திருந்தேன். பல ஆண்டுகளாக எனக்குள் விரவிக்கிடந்த விரக்தி நிலைக்கு அன்றிரவு பெரும் வடிகாலாகி விட்டிருந்ததை உணர்ந்தேன். முதலில் நடந்தவை எல்லாமே கனவோ என்றுதான் நினைத்தேன். சிறுநீர் கழிக்க வெளியில் சென்றேன். நன்றாக விழிப்புத்தட்டும்வரை காத்திருந்து பிறகே கூடாரத்துக்குத் திரும்பினேன். ஆனால் வாயில்

திரைச்சீலையை விலக்கி மீண்டும் உள்ளே நுழைந்தவுடன் மெதோக் ஒரு துணிக்குவியலின் அடியில் குதித்து மறைந்ததைப் பார்த்தேன். வெளியே ஓடி, என் குதிரை மீது ஏறி மேய்ச்சல்வெளிக்கு அதை ஓட்டிச் சென்றேன். அன்றிரவு நான் கூடாரத்துக்குத் திரும்பியபோது மெதோக்கும் தோந்துரூப்பும் கிளம்பிப் போயிருந்தார்கள்.

பிறகு வந்த இலையுதிர்காலத்தில் என்னுடைய மந்தைகளை சாலாவுக்கு ஓட்டிச்சென்றேன். இனிமேற்கொண்டு மெதோக் என்னை அப்பா என்று கூப்பிடப்போவதில்லை என்று எனக்கு நன்றாகவே தெரிந்தது. ஆனாலும் எப்படியாவது அவளைத் தேடிக் கண்டுபிடித்து விட வேண்டும் என்று உறுதியாக இருந்தேன். சாலாவில் அவளைப் பற்றிய தகவல் எதுவும் கிடைக்குமா என்று விசாரித்துப் பார்த்தேன். ஒரு தோல் வியாபாரி தன்னுடைய இழுவை வண்டியில் ஒரு பெண்ணோடு அந்தக் கிராமத்துப் பக்கமாகப் போனதாக ஒரு கைவண்டிக்கடையில் பிறகு கேள்விப்பட்டேன். நான் தேடிக் கொண்டிருக்கும் பெண் நீலப்பச்சை நவரத்தினக்கல் பதித்த ஆபரணத்தை சிகையில் அணிந்திருப்பாளா, உருண்டையான முகமும் சற்றே ஊதிய கண்களுமாக இருப்பாளா என்று அந்தக் கைவண்டிக் கடைக்காரன் என்னிடம் கேட்டான். அந்தப் பெண்ணைத் தகாத சொற்களால் அந்த வியாபாரி வைதுகொண்டே இருந்தான் என்றும், அவன் ஷிகாட்சே பகுதிச் சீனர்களின் உள்ளூர் மொழியில் பேசிக் கொண்டிருந்ததாகவும் அந்தக் கைவண்டிக்கடைக்காரன் சொன்னான். இதைக் கேட்டவுடன், என்னிடமிருந்த கடமாக்களில் சிலவற்றை சந்தையில் விற்றுவிட்டு ஷிகாட்சே நோக்கிச் சென்றேன்.

நான் ஷிகாட்சேவை அடைந்தவுடன், என் மகளைத் தேடிக் கொண்டிருக்கிறேன் என்று யாரிடமும் சொல்லப் பயந்தேன். அதற்குப் பதிலாக, தோந்துரூப் என்று யாரையாவது தெரியுமா என்று அங்கிருந்தோரை விசாரித்துக்கொண்டிருந்தேன். ஷிகாட்சேவில் தோந்துரூப் என்ற பெயரில் நிறைய பேர் இருந்தார்கள். கடைசியில், நான் தேடிக்கொண்டிருக்கும் தோந்துரூப்பைத் தனக்குத் தெரியும் என்று ஒரு தோல் வியாபாரி என்னிடம் சொன்னான். கொஞ்சம் அறைக்கலன்கள் வாங்குவதற்காக அவன் மைய திபெத் பகுதிக்குப் போயிருப்பதாகவும் அந்தத் தோல் வியாபாரி தெரிவித்தான். தோந்துரூப்பின் வீட்டை நான் தேடிக் கண்டுபிடித்தேன். அது ஷிகாட்சேவிலிருந்து செல்லும் பாதையில் இருபது கிலோ மீட்டர் கீழே இருந்தது. அங்கே போய்ப் பார்த்த போது மெதோக் அங்கே இல்லை. தோந்துரூப்பின் அம்மாவிடம் மெதோக் எங்கே

என்று விசாரித்தேன். நான் மெதோக்கின் உறவினன் என்றும், மெதோக்கிடம் கொடுப்பதற்காக ஒரு கடிதம் எடுத்து வந்திருப்ப தாகவும் அவளிடம் சொன்னேன். 'அந்த அப்பன் பேர் தெரியாத குட்டியையா நீ தேடி வந்திருக்கிறாய்? அவளை நான் எப்பொழுதோ அடித்துத் துரத்திவிட்டேன். அந்த மாதிரிக் கழிசடைகளோடு நாங்கள் உறவு வைத்துக்கொள்வதில்லை. கருணைத் தெய்வம் போதிசத்துவர் ஒருவேளை அவளை நரகத்தில் தள்ளலாம்' என்று அந்தக் கிழவி என்னிடம் சொன்னாள்.

'நான் மீண்டும் ஷிகாட்சேவுக்கு நடந்தே திரும்பினேன். பிறகு ஒவ்வொரு நாளும் விடாமல் தொடர்ந்து பிரார்த்தனைத் தக்ளியை நூற்றுக்கொண்டே தஷிலும்ப்போ மடாலயத்தின் பிரகாரத்தை வலம் வந்தேன். அங்கே நான் சந்தித்த முதியவர்கள் இன்னும் இருபது வயதுகூட முதிர்ந்திராத ஒரு பெண்ணைப் பற்றி பேசிக் கொண்டிருந்தார்கள். அங்கே இருந்த இளவயதுப் போக்கிரிப்பயல் ஒவ்வொருவனோடும் அவள் படுத்து எழுந்திருக்கிறாள் என்று அவர்கள் பேசிக்கொண்டார்கள். நடைபாதையோரங்களில்தான் அவள் தங்கி இருப்பாள் போலத் தெரிந்தது. அந்த வழியாகப் போய்வந்து கொண்டிருக்கும் யாத்ரீகர்கள் போடும் பிச்சையில் அவள் பிழைத்துக்கொண்டிருந்தாள் என்றும் தோன்றியது. அவள் சியு மேய்ச்சல்வெளிப் பிரதேசத்திலிருந்து வந்தவள் என்றும் புத்தி சுவாதீனத்தை இழந்து அடிக்கடி அரைநிர்வாணமாக அவள் திரிந்துகொண்டிருக்கிறாள் என்றும் சொன்னார்கள். தெருக்களில் வாழ்க்கை நடத்தி, ஒரு சில மாதங்களுக்குள்ளாகவே அவளுடைய உடலின் கீழ்ப்பகுதி நாற்றமெடுக்க ஆரம்பித்துவிட்டதாம். அதனால் அவளை நெருங்கவே எல்லோரும் அருவருப்புக் காட்டினார்களாம். அந்த முதியவர்கள் அவளுக்காக மிகவும் இரக்கப்பட்டார்கள். எப்படிப்பட்ட கேவலமான தந்தை அவளுக்கு அமைந்திருப்பான் என்றும் சபித்தார்கள். குற்றவுணர்ச்சியில் நான் துடிதுடித்துப் போனேன். என் உடலிலிருந்து பாவங்களைத் துடைத்தெடுக்க நாள் முழுதும் நான் நெடுஞ்சாண்கிடையாக விழுந்துகிடந்தேன். என்மீது இரக்கம் காட்டி என்னுடைய மெதோக்கைக் கண்டுபிடிக்க அருள்புரிய வேண்டும் என்று புத்தரிடம் இறைஞ்சினேன்.

இன்னும் என்னென்னவோ அந்தக் கிழவன் சொல்லிக் கொண்டிருந்தான். ஆனால் இதுதான் அவன் பேச்சின் சாரம். இப்போது அவனுக்கிருந்த ஒரே ஆசை உயிர் துறப்பதுதான். கைலாய மலையில் கிரிவலம் போய்க்கொண்டிருக்கும் பொழுதே உயிர்விடும்

எத்தனையோ யாத்ரீகர்களைப் பற்றி அவன் கேள்விப் பட்டிருந்தான். இறக்குமுன்பாக எவ்வளவுக்கெவ்வளவு அதிக எண்ணிக்கையில் வலம்வருகிறார்களோ அவ்வளவுக்கு அவர்கள் சுவர்க்கத்தில் உயரப்போக முடியுமாம். அவன் உயிரோடு மீள்கிறானா அல்லது அங்கேயே உயிர்விடுகிறானா என்பதைப் பற்றி அவன் அக்கறைப் படவில்லை.

கூடாரத்தின் உச்சியில் இருந்த புகைபோக்கும் சாளரத்தை அண்ணாந்து பார்த்தேன். அதனூடே தெரிந்த வானம் அதற்குள்ளாகவே வெளுத்திருந்தது. நான் உண்டிருந்த கடமாவின் உறைந்த இரத்தம் செரிக்காமல் இன்னமும் வயிற்றிலேயே கிடந்து அருவருப்பான கரிப்புச்சுவையைத் தொண்டைக்குக் கொண்டுவந்தபடி இருந்தது. அந்தச் சுவையைப் போக்க ஒரு பூண்டுப்பல்லைப் பச்சையாகவே கடித்து மென்று முழுங்கினேன். என்னுடைய கண்ணிமைகள் சோர்ந்து மூடிக்கொள்ளத் தொடங்கின. எனக்கு அருகில் இருந்த ஆட்டுத் தோல்களின் மீது கிழவன் கட்டையை நீட்டினான். தலைக்கு அணையாக அந்த அலுமினிய சருவச்சட்டியை வைத்துக்கொண்டு ஏதோ ஒரு பௌத்த மந்திரத்தை முணுமுணுத்துக் கொண்டிருந்தான். அவன் மேனிமீது கவிந்திருந்த துர்நாற்றம் கூடாரத்தை நிறைத்தது.

அவனுக்குப் பக்கத்தில் படுத்துக்கொண்டு லாசாவில் பர்க்கோர் சந்தையில் நான் பார்த்திருந்த பெண்ணைப் பற்றி யோசித்துக் கொண்டிருந்தேன். உருண்டையான முகமும், உயர்ந்த பீடபூமிக் காற்றால் சிவந்து கிடந்த கன்னக்கதுப்புமாய் அந்தப் பெண் இருந்தாள். நீலப்பச்சை நவரத்தினக்கல் பதித்த எந்த அணிகலனும் அவள் சிகையில் காணப்படவில்லை. சொல்லப்போனால், அவளுடைய கூந்தல் சிக்குப்பிடித்து கடமாவின் வால்களைப் போல தொங்கிக் கொண்டிருந்தது. முகத்தின் மீது வந்து விழுந்த மயிர்க்கற்றைகளை அவள் அவ்வப்பொழுது ஒதுக்கி விட்டுக்கொண்டிருந்தாள். அவளை யாராவது பார்க்கிறார்கள் என்று தோன்றினால் தலையை நிமிர்த்தி அவர்களைப் பார்த்து முறுவலிப்பாள். அவர்கள் நின்று அவளை வெறித்துப் பார்த்தால், அவளை நோக்கி எதையும் வீசாவிட்டால், நாக்கைத் துருத்தி அவர்களுக்கு முகமன் கூறுவாள். அவளுடைய கண்களின் கீழ்ப்பகுதி சற்றே உப்பியிருக்கும். ஆனால் அவள் புன்னகை செய்யும் போது அவளுடைய வாய் அகல விரிந்து, கண்கள் கருணையால் மின்னும். அது உயர்பீடபூமிப் பெண்களுக்கே உரித்தான புன்னகை. மேய்ச்சல்வெளிக் காற்றைப் போல தூய்மையான புன்னகை. ஜனநெரிசல் மிகுந்த வீதியின் புழுதியும் இரைச்சலும் அவளைத்

திக்குமுக்காடச் செய்துகொண்டிருந்தன. போகவர இருக்கும் ஆட்கள் காலில் இடறிவிடாதபடிக்கு, ஒரு கடமா இறைச்சிக் கடையின் மேஜைக்கு அடியில் அவள் பதுங்கிக் கொண்டிருந்தாள். முகம் உயர்த்தி யாசித்து யாசித்து, அவளுடைய நெற்றியெங்கும் சுருக்கங்கள் கோடிழுத்திருந்தன. யாரும் நின்று அவளை இரக்கத்துடன் பார்க்கும் போது அவள் தலையைத் தொங்கப்போட்டு இடது முலையை வாயால் கவ்விச் சப்புவாள். பிறகு தலை நிமிர்த்தி முறுவலிப்பாள். அவளுடைய இடப்பக்க முலைக்காம்பு, சப்பிச் சப்பி வீக்கம் கண்டு வெளிறிப்போயிருந்தது. மேஜைக்கு அடியில் அவள் பதுங்கி இருக்கும் போது, கசாப்புக்கடைக்காரனின் தாம்பாளத் திலிருந்து தெறித்து விழும் இறைச்சித் துணுக்குகளைக் கவ்வக் காத்திருக்கும் தெருநாய்கள் அவளுடைய காலடியில் தாவியபடி இருக்கும்.

●

4
பொன்மகுடம்

பெண்தெய்வங்களாக வழிபடப்படும் எவரெஸ்ட் மலைக்கும் ஷிஷபாங்மா மலைக்கும் இடையில் அமைந்திருந்தது கர் மடாலயம். அந்த மடாலயத்தின் பிரகாரச் சுற்றுச்சுவர்களின் மிக உயரமான இடம். அதில் ஏறிப் பார்க்கும் போது நான் இந்த இரண்டு பெண் மலைத்தெய்வங்களையும் தரிசித்தேன். வெள்ளியால் ஆடை போர்த்தி வானை நோக்கித் தலை நிமிர்த்தி, ஏதோ வீடு திரும்பும் தாபம் மிகுந்த ஜீவன்கள் போல் அவை தோன்றின. அந்த மடாலய வாயிற்கதவு களிலிருந்து சற்றுத்தள்ளினால் போல ஒரு புராதன மண்பாதை இருந்தது. குதிரைகளை ஓட்டிச் செல்வோர் பயன்படுத்திய அந்தப் பாதையின் இருமருங்கும் களைச்செடிகள் வஞ்சனையின்றி வளர்ந்து பாதையை மறித்துக்கொண்டிருந்தன. பல நூற்றாண்டுகளாக வணிகர்களும் பயணியரும் இந்த வழியாகத்தான் நேபாளத்துக்குப் போய்வந்து கொண்டிருந்தனர். இந்தப் பாதைக்கு அருகே, கடலைச் செடியும் பார்லிச் செடியும் விளைந்திருக்கும் வயல்களின் ஊடாக, ஒரு வளைந்து நெளியும் நதி பாய்ந்துகொண்டிருந்தது. அந்த வயல் களுக்கு அப்பால் வறண்ட, பாறைப் பிரதேசம் விரிந்திருந்தது. வேனிற் காலங்களில், பசுமையான மேய்ச்சல்வெளி தேடி நாடோடிகள் தங்கள் மந்தைகளை ஓட்டிச்செல்ல வேண்டியிருந்தது.

முன்னொரு காலத்தில் மிலேரிபா எனும் பௌத்தத் துறவியின் எலும்பின் மீது எழுப்பப்பட்ட ஒரு வெண்கல ஸ்தூபி இந்த மடாலயத்தின் மிக உயரமான பகுதியில் நின்றுகொண்டிருந்தது. ஆனால், இப்பொழுது அந்த ஸ்தூபிக்கு அடித்தளமாய் அமைந்திருந்த சாம்பல்நிறக் கற்பீடம் மட்டுமே மிஞ்சியிருக்கிறது. சுற்றுப்புறத்தில் இருந்த பல வழிபாட்டுத் தலங்களும் இப்பொழுது சிதைந்து போயிருந்தன. இந்தப் பிரதேசம் மிக உயரமான இடத்தில் அமைந் திருக்கிறது. அதனால் நூற்றாண்டுகளின் பின்னணியில் இந்தப்

பூமி கிட்டத்தட்ட வனாந்தரமாகிவிட்டிருந்தது. இன்னமும் இங்கே வசித்துக்கொண்டிருக்கும் திபெத்தியர்கள் கட்டைகுட்டையாக, பருத்த உருவத்தோடு, மிக மெதுவாக நடந்துபோய்க்கொண்டு இருந்தார்கள்.

மேகங்கள், ஆடுகள், நாய்கள், தொழுகைக்கொடிகள், கைக் குழந்தைகளோடு இருந்த பெண்கள், ஏன், கிழக்கிலிருந்து இங்கே சமீபத்தில் வந்து சேர்ந்த சீன ஊர்சுற்றியான நான் உள்பட, இங்கே எல்லாமே மிக மெதுவாகவே அசைந்துகொண்டிருந்தோம்.

தலை வெடித்துவிடும் போல் வலித்துக்கொண்டிருந்தது. என் கபாலத்தைச் சுற்றி ஒரு விரிசல் விழுந்துவிட்டதைப் போல் உணர்ந்தேன். எந்த நொடியிலும் கபாலத்தின் மேற்பகுதி ஒரு வானிலை ஆய்வுக் கூடத்தின் மூடிபோல திறந்துகொள்ளும் என்ற அச்சம் வந்தது. மெல்ல மெல்ல, என்னுடைய நினைவுகள் மங்கத் தொடங்கின. இப்படியொரு சோகமான, நாடோடி வாழ்க்கையை நான் வாழ்ந்துகொண்டிருப்பதற்கு காரணம் என்னுடைய முன்னாள் மனைவிதான். ஆனால் இப்போது அவளுடைய முகம் எப்படியிருக்கும் என்பதுகூட நினைவிலிருந்து தப்பிவிட்டது. உலகின் முக்கிய தத்துவஞானிகள், எழுத்தாளர்கள் ஆகியோருடைய பெயர்களைக்கூட நான் மறந்துவிட்டேன். இவற்றுக்குப் பதிலாக, காலம் காலமாய் என் மனதுக்குள் ஆழப் புதையுண்டு கிடந்த காட்சிகள் திடீரென கண்களுக்கு முன்னால் மின்னலடிக்கத் தொடங்கின.

ஆறு ஆண்டுகளுக்கு முன்பாக நான் தொலைத்துவிட்டிருந்ததாக நம்பிக்கொண்டிருந்த சாவி உண்மையில் என்னுடைய படுக்கையின் அடியில் இருக்கும் மரப்பேழைக்குள் ஒளித்து வைக்கப்பட்டிருப்ப தாகக் கண்டுகொண்டேன். அவற்றை நான் தொலைத்த போது, அவை தரையில் விழுந்த ஓசையைக் கேட்டு திடுக்கிட்ட ஒரு சுண்டெலியைப் பற்றி நான் கனவு கண்டுகொண்டிருந்தேன் என்பது என் நினைவுக்கு வந்தது. அந்தச் சுண்டெலிதான் அந்தச் சாவிகளைப் பொறுக்கி எடுத்துக் கொண்டுபோய், என்னுடைய மேஜையின் இழுப்பறை களைத் திறந்து, உள்ளேயிருக்கும் பொருள்களையெல்லாம் ஆராய்ந்து, அதில் நான் வைத்திருந்த வலிநிவாரணிக் குப்பியைப் பார்த்தெடுத்து, ஓரிரண்டு மாத்திரைகளையும் விழுங்கிவிட்டு, சாவிகளைக் கொண்டு போய், மரப்பேழையின் அடியில் தள்ளிவிட்டிருந்தது.

ஒரு நாற்சந்தி முனையில் உட்கார்ந்து மூச்சை ஆழ இழுத்துவிட்டுக் கொண்டேன். மெல்ல மெல்ல குழந்தைகளும் நாய்களும் என்னைச் சூழ்ந்துகொண்டன. சிலர் என் முகத்தையும் முடியையும் பார்த்துக்

கொண்டிருந்தார்கள். ஏனையோர், என் உடுப்புகள், தாடி, புகைப்படக் கருவி ஆகியவற்றை நோட்டம்விட்டுக் கொண்டிருந்தனர். என்னைச் சுற்றி அவர்கள் குத்துக்காலிட்டு அமர்ந்துகொண்டார்கள். ஆழ மூச்சை இழுக்கும் இடைவெளிகளில் நான் அவர்களைப் பார்த்துப் புன்னகைத்தேன். பிறகு எழுந்து நின்று, என்னுடைய காற்சராய்ப் பைக்குள் கையைவிட்டு, பொய்க் கையெழுத்தும் முத்திரையும் கொண்ட போலி அறிமுகக் கடிதத்தை எடுத்து, மாவட்ட அலுவலகத்துக்கு வழியை விசாரித்தேன். அந்த அலுவலகத்தில் பொறுப்பில் இருந்த எழுத்தர் அங்கே இருந்த மாவட்ட உயர்நிலைப் பள்ளியில் படித்தவர். ஆனால் அப்படி ஓர் உயரமான பகுதியில் ஆண்டுக்கணக்காய் வேலை பார்த்ததால், அவருடைய அறிவு சற்றே மழுங்கிப் போயிருந்தது. என்னுடைய அறிமுகக் கடிதத்தைப் படித்து முடிப்பதற்குள் அவர் ஒரு சிகரெட்டைப் புகைத்து முடித்திருந்தார். பிறகு புன்னகைத்தார்.

ஐந்து நிமிடங்கள் கழிந்த பிறகு என்னை நிமிர்ந்து பார்த்தார். எவரெஸ்ட் மலைமீது ஏறிப் பார்க்க வேண்டுமென்று நான் அங்கே வந்திருப்பதாக அவரிடம் கூறினேன். நான் வேலைபார்க்கும் இடமான, ஒரு பதிப்பகம் சில அரசியல் பணிகளுக்காக என்னைச் சிகரத்தைத் தொட்டுவரும்படி அனுப்பியிருக்கிறது என்று சொன்னேன். தன்னந்தனியனாக அந்த மலையின் மீது ஏறி சிகரத்தைத் தொடுவது முடியாத காரியம் என்று அவர் என்னிடம் கூறினார். இதே போன்ற நோக்கத்தோடு சென்ற ஆண்டில் ஒருவர் வந்திருந்ததாக அவர் சொன்னார். இங்கிருந்து கிளம்புவதற்கு முன்பாக ஓர் உயிலைக்கூட அவர் தயாரித்து வைத்திருந்தார். ஆனால் இரண்டு வாரங்களுக்குப் பிறகு, பாதி முகம் சிவந்து, விறைத்துப் போனது; மூக்கும் காதுகளும் நடுக்கும் குளிரின் தாக்குதலுக்குள்ளாகி, அரிக்கப்பட்டு அவர் திரும்பினார். ஏறத்தாழ ஒரு மாதம் மாவட்ட மருத்துவமனையில் அவர் சிகிச்சை எடுத்துக்கொள்ளும்படியானது. பார்த்தவர்களெல்லாம் அந்தப் பச்சை வண்ணப் பெண்தெய்வத்தைத் தொட்டுவிட முடியாது. இதையெல்லாம் சொல்லிவிட்டு அந்த எழுத்தர் பெருமூச்சுவிட்டார். எவரெஸ்ட் மலையின் அடிவாரத்தில் பனியாய் உறைந்த நதி ஒன்று ஓடிக்கொண்டிருக்கிறது என்று அவர் என்னிடம் சொன்னார். அதன் நீரில் விழுந்தால் ஒன்று குளிரால் விறைத்துப்போய் இறுதியில் மரணம் அல்லது அந்த நதியின் ஆழத்தில் இருக்கும் பனிப்பாறைகள் மீது மோதிச் சிதறிவிடுவது. இந்த இரண்டில் ஒன்றுதான் நடக்கும் என்றார் அவர். என் முகத்தில் கண்ட ஏமாற்றத்தைப் பார்த்துவிட்டு,

பொன்மகுடம் ♦ 51

'ஆனால் இங்கிருந்து அருகில் ஒரு சிறிய மலையொன்று இருக்கிறது. நீங்கள் அதில் ஏறிப் பார்க்கலாம்' என்று அவர் சொன்னார். 'அந்த மலையின் முகட்டிலிருந்து எவரெஸ்ட் மலையின் முகட்டை நீங்கள் தரிசிக்கலாம். அங்கே ஒரு நேபாள மடாலயம்கூட இருக்கிறது. இப்பொழுது அது சிதைந்து போயிருக்கிறது. ஆனால், அந்த மலையடிவாரத்தில் ஒரு சிறிய கிராமம் இருக்கிறது.'

அன்று பிற்பகலில் அந்த மாவட்ட எழுத்தரும் கர் மடாலயத்துக்குக் கீழே அமைந்திருந்த அந்தக் கிராமத்துக்கு என்னோடு உடன்வந்தார்.

கொஞ்சம் தொலைவிலிருந்து பார்க்கின்ற போது அந்தக் கிராமம் ஏதோ ஆட்டுப்பட்டியைப் போல்தான் தெரிந்தது. அந்தக் கிராமத்தின் வீடுகளுடைய கூரைகள் ஏறத்தாழத் தரையைத் தொட்டுவிடும் அளவுக்குத் தாழ்ந்திருந்தன. எங்குமே யாரையும் காணோம். தரை மிக மிருதுவாகவும், உலர்ந்தும் இருந்தது. அதனால் நான் எடுத்து வைத்த ஒவ்வோரடியும் புழுதி மேகங்களைக் காற்றில் எழுப்பி மிதக்க விட்டன. ஒரு வேலிக்கடியிலிருந்து நாயொன்று எழும்பி என்னைப் பார்த்துச் சன்னமாய்க் குரைத்தது. ஒரு கற்கூரையின் கீழிருந்து ஒரு பெண்ணின் தலை எட்டிப்பார்த்தது. உடனே அடியிலிருந்த குழிக்குள் மறைந்தது. பிறகு ஒரு சில நிமிடங்களில் மீண்டும் எட்டிப்பார்த்தது. இப்பொழுது அந்தப் பெண் கையில் ஒரு முகம்பார்க்கும் கண்ணாடியை வைத்துக்கொண்டிருந்தாள். மற்றொரு கையால் தலையை வாரியபடியே என்னை வெறித்துப் பார்த்தாள். ஆங்காங்கே கற்சில்லுகள் சிதறிக் கிடக்க, பாதை புழுதியாக இருந்தது. அந்த மாவட்ட எழுத்தர் ஒரு வீட்டைச் சுட்டிக்காட்டி அதன் உடைமையாளரைத் தனக்குத் தெரியும் என்று கூறினார். 'எனக்கு அவர் நல்ல நண்பர்' என்று காதில் கிசுகிசுத்தார். 'அவருக்கு ஒரு பாக்கெட் சிகரெட்டைக் கொடுத்தால் போதும், இன்றிரவு உன்னை இங்கே தங்க அனுமதித்துவிடுவார். இந்த மாவட்டத்திலேயே வயதில் மிகவும் மூத்தவர் அவர்தான்' என்றார்.

நாங்கள் தாழக் குனிந்து, கற்கூரை மீது கையை ஊன்றி குழிக்குள் இறங்கினோம். அங்கே கணப்பின் மீது அழன்றுகொண்டிருந்த சாம்பலைத் தவிர வேறெதையுமே பார்க்க முடியவில்லை. ஆனால், ஒரு மூலையில் யாரோ அமர்ந்திருப்பதை அவர் விடும் மூச்சிலிருந்து உணர முடிந்தது. அன்றிரவை அந்த மனிதரின் வீட்டில் அவருடைய கதையைக் கேட்டபடி கழித்தேன். என் தலை விண்விண்ணென்று தெறித்துக்கொண்டிருந்தது. போதாதற்கு அந்த எழுத்தரின் மொழி

பெயர்ப்பும் அவ்வளவு தெளிவாக இல்லை. அதனால் என்னுடைய வர்ணனை அங்கங்கே முன்பின் முரணாகத் தோன்றலாம். எது எப்படியோ, அந்தப் பிரதேசத்தின் குத்துயரம் விவரணைகளுக்கான என்னுடைய கவனத்தைக் கூர்மையாக்கியிருந்தது. இதனால் அந்தக் கதையின் அம்சங்கள் எனக்குள் மிகத் துல்லியமாகப் பதிவாகி இருந்தன. எனவே, இதிலுள்ள எதையுமே இட்டுக்கட்டிச் சொல்ல வில்லை என்பது எனக்கு நன்றாகவே தெரியும். என்றாலும் இந்தக் கதை அந்த மனிதனின் இளம்வயதுக் காதல்கதை. இதில் கூறப்படும் சம்பவங்கள் நானூறு ஆண்டுகளுக்கு முன்பாக நடந்தவை. இருப்பினும் அவர் சாதித்ததுதான் இன்றுவரை எனக்குப் புதிராக இருக்கும் விஷயம். அவர் சொன்ன விஷயம் இதுதான்:

'எனக்குப் பதினோரு வயதாகியிருந்த போது சங்பூச்சா எனும் அற்புதக் கலைஞரிடம் நான் பயிற்சியாளனாகச் சேர்ந்தேன். கர் மடாலயத்தில் அந்த வெண்கல ஸ்தூபியை நிர்மாணிக்கும் பணி அப்போதுதான் தொடங்கியிருந்தது. என்னுடைய குரு, அவருடைய மனைவி குலா, நான் ஆகிய மூவரும் அந்த மடாலய வளாகத்திற் குள்ளேயே தங்க வைக்கப்பட்டிருந்தோம். என்னுடைய குருவும் அவருடைய மனைவியும் நேப்பாளத்தைச் சேர்ந்தவர்கள் என்று என்னிடம் யாரோ சொல்லியிருந்தார்கள். ஆனால் என்னுடைய குரு எவரெஸ்ட் மலைக்கு மறுபுறம் இருக்கும் திபெத்தியப் பிராந்தியத்தில் பிறந்தவர் என்று கூறக் கேட்டிருக்கிறேன். குதிரைவழித் தடத்தில் நேபாளத்துக்குச் செல்லும் போது என்னுடைய அப்பா நோய்கண்டு காலமாகிவிட்டார். சங்பூச்சா மிகவும் தேர்ந்த வெள்ளி ஆசாரி. அந்தப் பகுதியில் இருக்கும் ஒவ்வொரு பெண்ணுமே அவர் செய்த நகைகளை அணிந்திருப்பாள்.'

ஸ்தூபியின் நிர்மாணத்தைக் கண்காணிப்பதற்காக அந்த மடாலயத்தின் பிக்குகள் சங்பூச்சாவை நியமித்திருந்தார்கள். ஸ்தூபியின் கலசம் வெண்கலத்தால் வார்க்கப்பட இருந்தது. ஆனால் அந்தக் கலசத்தின் மீது பொருத்தப்பட இருந்த மகுடம் முழுதும் சுத்தமான பொன்னால் வடித்தெடுக்கப்படவிருந்தது. சங்பூச்சாவோடு நான் தங்கிப் பயிற்சிபெற்ற அந்த ஏழாண்டுகளில்தான் இப்போது எனக்குத் தெரிந்திருக்கிற வித்தை எல்லாவற்றையும் கற்றுக்கொண்டேன். அவரைவிட அவருடைய மனைவி குலா சுமார் முப்பதாண்டுகள் இளையவள். இவரைக் கள்ளத்திருமணம் புரிந்துகொள்ள அவள் நேபாளத்திலிருந்து இங்கே ஓடிவந்து இவரோடு இணைந்து வாழ்ந்துகொண்டிருந்தாள். அவரை முதன்முதலில் நேபாளத்தில்

பார்த்த போது அவருடைய நகை வேலைப்பாடு அவளை வசியப் படுத்தியது. அவளுக்கு முப்பது வயதாகியிருந்த போதிலும், அவளுடைய முகம் சுருக்கங்கள் விழாமல் இருந்தது. அவளுடைய மூக்குத்தியில் ஒளிர்ந்த நீலக்கல் மானசரோவர் ஏரியின் நீரைப் போல தூயதாக இருந்தது. ஒவ்வொரு நாள் காலையிலும் முடியை அவள் கொண்டை போட்டுக்கொள்வாள். செந்தூரத்தைக் குழைத்து நேர்வகிட்டின் மீது பூசிக்கொள்வாள். அதே போல், புருவங்களுக்கு மத்தியில் சின்னதாகக் குங்குமப்பொட்டு இட்டுக்கொள்வாள். என்னுடைய குருவின் மிக அரிய வேலைப்பாடு மிக்க நகைகளையே அவள் எப்பொழுதும் அணிந்திருப்பாள்.'

ஸ்தூபியின் வெண்கலக் கலசத்தின் அச்சை வார்ப்பதற்கே ஆறாண்டுகள் பிடித்தன. அந்தக் கலசம் கோவில்மணியைப் போல் உருவத்தில் தோற்றமளித்தது. தொடக்கத்தில் அகண்டும் போகப்போகக் குறுகியும் இருக்கும் படிக்கட்டுகள் கொண்ட கற்பீடத்தின் மீது அது அமைக்கப்பட இருந்தது. அந்தக் கல்மேடையின் அடித்தளம் நான்கு மீட்டர் விட்டத்தில் ஆனது. அதன் படிக்கட்டின் முனைகள் ஒவ்வொன்றும் மங்கலகரமான விலங்குகளின் சிற்பங்கள் கொண்டு அலங்கரிக்கப்பட இருந்தது. அந்த விலங்குகள் தங்கள் வாய்களில் காற்றில் அசைந்தொலிக்கும் மணிகளைக் கவ்வியபடி இருக்கும். இந்த வெண்கலக் கலசத்தின் மீது வட்டவடிவில் ஒரு கல்மேடை அமையவிருந்தது. கல்மேடையின் மையத்தில் தூய பொன்னாலான ஒரு மகுடம் செதுக்கப்பட இருந்தது. அந்த வட்டவடிவக் கல்மேடை அதற்குக் கீழேயுள்ள வெண்கலக் கலசத்தின் மீது மழைத்துளிகள் விழாமல் பாதுகாக்கும் என்றும், மேலேயிருக்கும் பொன்மகுடத்தைத் திருடர்களிடமிருந்து பாதுகாக்கும் என்றும் என்னுடைய குரு கூறினார். அந்தக் கல்மேடையின் பரிதியைப் பதின்மூன்று மயில் சிற்பங்கள் அலங்கரிக்கவிருந்தன. அந்த ஸ்தூபி பதினாறடி உயரத்தில் எழும்பவிருந்தது. அந்தப் பொன்மகுடம் அப்படியே ஒரு குட்டி ஸ்தூபியைப் போல உருவாக இருந்தது. அதன் உட்புறங்களில் பதினாறு போதிசத்துவர்களின் உருவங்கள் கடையப்பட இருந்தன. அது வெறும் ஐம்பது சென்டிமீட்டர் உயரமே இருந்த போதிலும், என்னுடைய குருவின் அற்புதமான கைவேலைப்பாட்டின் காரணமாக அது விலைமதிப்பற்றதாகப் போற்றப்படும். உருவாக்கி முடிந்ததும், ஸ்தூபியின் உள்ளிருந்து எழும்பும் வெண்கலத் தூணின் உச்சியில் ஒரு மறைபொறியின் மீது அந்தப் பொன்மகுடம் பொருத்தப்பட இருந்தது.

அப்போது நான் வலிமை மிகுந்த, அதே சமயத்தில் மனசாட்சிக்கு அஞ்சுகிற சிறுவனாக இருந்தேன். எந்தவிதமான இடர்ப்பாட்டையும் நான் சகித்துக்கொள்பவனாக இருந்தேன். என்னுடைய குரு என்னை மிகவும் நேசித்தார். நான் வடிவமைத்த மோதிரங்கள் அவர் வடிவமைத்ததைவிட நுணுக்கமான வேலைப்பாடும் வசீகரமும் கொண்டவையாக விளங்கின என்று கூறுவார். அவருடைய மனைவி குலாவும் என்னிடம் மிகுந்த வாஞ்சையோடு பழகினாள். என்னுடைய குருவுக்காக சமைக்கும் உணவில் கொஞ்சத்தை மீத்து அவள் எனக்கு அடிக்கடிப் பரிமாறுவாள். அந்த வெண்கலக் கலசத்திற்கான அச்சை உருவாக்கத் தேவைப்படும் களிமண்ணை வாங்கிவருவதற்காக என்னுடைய குரு டான்செங் எனும் இடத்திற்குப் பயணம் செய்தார். இதற்காக ஏறக்குறைய ஒரு மாதம் அவர் வீட்டைவிட்டுச் சென்றிருந்தார். வீட்டைவிட்டுப் போவதற்குமுன், என்னைத் தம்முடைய அறையில் வந்து தங்கிக்கொள்ளும்படிப் பணித்தார். அந்த மடாலயத்தில் இருக்கும் பிக்குகள் தன்னுடைய மனைவியோடு படுக்கையைப் பகிர்ந்துகொண்டுவிடுவார்கள் என்று அவர் அஞ்சினார். அந்த அறையில் நான் தங்கிய முதல் நாளிரவு குலா என்னையும் தனக்குப் பக்கத்திலேயே படுக்கச் சொன்னாள். இரண்டாம் நாளிரவு என்னை நெருங்கிவந்து தட்டிக் கொடுத்தாள். அவளுடைய சருமத்தின் சுகந்தம் என்னைக் கிறங்கடித்து, அச்சத்தில் விதுவிதுக்கச் செய்தது. உச்சந்தலையிலிருந்து உள்ளங்கால்வரை அவள்மீது புனுகின் வாசனையடித்தது. சில நாள்கள் கழித்து மடாலயத்தின் ஒழுக்கக் கட்டுப்பாட்டு நிர்வாகியைத் தன்னுடைய அறைக்கு அவள் அழைத்து வந்தாள். அவர்கள் இருவரும் ஒருவரையொருவர் தழுவிக்கொள்வதற்கு முன்பாக நான் தூங்கக் காத்திருந்தார்கள். ஆனால் குலாவின் முனகல்கள் என்னை உடனேயே எழுப்பிவிட்டன. என் குரு திரும்பிய பிறகு என்ன நடந்ததென்று அவரிடம் எடுத்துச் சொல்ல எனக்குத் துணிச்சல் வரவில்லை.

அப்பொழுது என் குரு அறுபது வயதைக் கடந்திருந்தார். அவருடைய முதுகு சற்றே கூன் போட்டிருந்த போதும், அவர் நல்ல திடகாத்திரமாகவே இருந்தார். அவருடைய சுருண்ட கேசம் தோள் மீது தவழ்ந்தவாறிருக்கும். அகண்ட, கரிய விழிகள்கொண்டவர் அவர். தலையைச் சுற்றி ஒரு கருஞ்சிவப்புப் பின்னலை அவர் அடிக்கடி அணிந்துகொள்வார். அவர் அதிகம் குடிப்பவரல்ல. ஆனால் அவரிடம் நகை வாங்குவதற்கென்று வரும் பெண்களோடு சரசமாடுவதில் அவருக்கு நாட்டமிருந்தது. அவருடைய கவனத்தை எந்தப்

பெண்ணாவது ஈர்த்துவிட்டால், அவளுக்காகச் செய்யும் மோதிரத்திலோ, கொண்டைஊசியிலோ கொஞ்சம் அதிகப்படியாக வெள்ளியைச் சேர்ப்பார். கழுத்துக்கான ஆபரணத்தையோ, கைவளையலையோ அணிந்து கொள்ள ஒரு பெண்ணுக்கு அவர் உதவும் போது, வேண்டு மென்றே அதிக நேரம் எடுத்துக்கொண்டு, அவளுக்கு வெகு அண்மையில் நின்றுகொள்வார்.

முதன்முதலாக நான் குலாவோடு உறவுகொள்ளும் போது, அந்த வெண்கலக் கலசத்தை வடிப்பதற்கான களிமண் அச்சு இன்னமும் உலராமல் இருந்தது. பொன்மகுடத்தின் உள்ளே போதிசத்துவர்களின் உருவங்களைக் கடைந்தெடுப்பதில் மும்முரமாக மூழ்கியிருந்தார் என்னுடைய குரு. எல்லா நேரமும் தன்னுடைய பணிமனைக் குள்ளேயே தாழிட்டுக்கொண்டு இருந்தார். இரவு நேரங்களில் திருடர்கள் யாரும் அவருடைய பணிமனைக்குள் நுழைந்துவிடாதபடி, புத்தபிக்குகள் வாயிலைக் காவல் காத்து நின்றார்கள். குலாவையும் மடாலயத்தின் பொருளாளரையும் மட்டுமே அந்தப் பணிமனைக்குள் அவர்கள் அனுமதித்தனர். ஸ்தூபிக்கு வெளியே சில நிர்மாணப் பணிகளைச் செய்துகொண்டிருந்த கைவினைஞர்களை மேற்பார்வை யிடும் பொறுப்பு என்னிடம் கொடுக்கப்பட்டிருந்தது. அன்றிரவு குலா என்னைத் தன்னுடைய அறைக்கு வருமாறு அழைத்தாள். இந்தமுறை எனக்கு ஏனோ உடல் விதிர்க்கவில்லை. அவள் தன்னுடைய சீலையை அவிழ்க்கும்வரை அவளைப் புன்னகையோடு நான் பார்த்துக்கொண்டிருந்தேன். பிறகு குடிக்கு ஏங்கிக்கொண்டிருந்த வெறியனைப் போல அவள்மீது தாவி அவளுடைய சருமத்தைச் சுவைக்கத் தொடங்கினேன். அப்போதிலிருந்து அவளும் நானும் இணைபிரியாதவர்களானோம். இரவு கவிந்தவுடன் அவள் மேனி மீது வீசும் புனுகின் வாசனையைப் பின்தொடர்ந்து அவளுடைய அறைக்கு அவளை நாடிச்செல்வேன். பகல்வேளைகளிலும் வெறும் காற்றில் மோப்பம் பிடித்தே அவள் எங்கேயிருக்கிறாள் என்பதை என்னால் கண்டுவிட முடிந்தது.

முதன்முதலாக நாங்கள் உறவில் முயங்கியதற்கு மறுநாள் காலை அவள் எண்ணெய்யும் செந்தூரக்கட்டியும் வாங்க நிலமு என்ற இடத்துக்குச் சென்றிருந்தாள். அன்று பிற்பகலில் அவள் திரும்பி வரும்பொழுது அவள் வரும் வாசனையை என்னால் மோப்பம் பிடிக்க முடிந்தது. என்னுடைய உளியை எறிந்துவிட்டு, அவளைச் சந்திப்பதற்காக மலையின் மறுபுறத்துக்கு விரைந்தேன். மலை அடிவாரத்தில் ஏறத்தொடங்கும் பொழுதே அவள் கீழே வருவதைப்

பார்த்தேன். என்னைப் பார்த்தவுடனே அவள் தரையில் படுத்து சீலையைத் தூக்கினாள். நாங்கள் புல்வெளியில் ஒன்றாய்ப் புரண்டு கொண்டிருக்கும் நேரத்தில் என்னுடைய குரு அங்கே வந்து சேர்ந்தார். என் நெஞ்சின் மீது ஓங்கி உதைத்த அவர் ஒரு மரக்கழியை எடுத்துக் குலாவை விளாசத் தொடங்கினார்.

பிறகு சில நாள்களுக்கு நானும் குலாவும் ஒருவரையொருவர் சந்திக்கவே துணியவில்லை. ஆனால் நாங்கள் இருவருமே வேலையைக் காட்ட சரியான தருணத்தைப் பார்த்திருந்தோம்.

பிறகு ஒருநாள் என்னுடைய அறைக் கதவைத் தள்ளிக்கொண்டு குலா உள்ளே வந்தாள். அவளுடைய முகம் வெளிறியிருந்தது. கண்கள் கலங்கிப் பளபளத்துக்கொண்டிருந்தன. என் முன்னே வந்து என்னுடைய குரு அவளை விட்டுவிட்டுச் சென்றுவிட்டதாகத் தெரிவித்தாள். 'அவர் மடாலயத்தைவிட்டே ஓடிவிட்டார், இனித் திரும்பி வரப்போவதேயில்லை' என்றாள். பிறகு நிறையத் தங்கம் காணாமல் போயிருப்பதாக புத்தபிக்குகள் அறிவித்தார்கள். குருதான் அதை எடுத்துச் சென்றிருக்க வேண்டும் என்று அவர்கள் சந்தேகப் பட்டனர்.

அந்த நிர்மாணப் பணிகள் அனைத்துக்கும் இப்பொழுது என்னைப் பொறுப்பாளனாக நியமித்தார்கள். நானும் ஓடிவிடுவேனோ என்ற சந்தேகம் அந்த புத்தபிக்குகளுக்குத் தோன்றியிருந்தது. அதனால் என்னைக் கண்காணிக்க ஒரு காவலாளியை அவர்கள் நியமித்தார்கள். நான் குலாவின் அறைக்கு ஜாகையை மாற்றிக்கொண்டேன். அவள் என்னிடம் மிகவும் பிரியமாக இருந்தாள். நேபாளத்தில் அவள் வாழ்ந்திருந்த போது நடந்த பல கதைகளைச் சொன்னாள். அவளோடு நானும் நேபாளத்துக்கு வந்து அவளுடைய கள்ளப்புருஷனாக இருக்கவேண்டுமென்று விரும்பினாள். வீட்டு நினைவால் அவள் தவித்துக்கொண்டிருந்தாள். அவள் பன்னிரண்டு வயதுச் சிறுமியாக இருந்த போது அவளுக்குத் திருமணமாகி அவளுடைய அசல் கணவனோடு இருந்த நாள்களை அவள் அடிக்கடி நினைத்துக் கொள்வதாக என்னிடம் கூறினாள். உண்மையில் அவளுடைய அசல் கணவன் என்பது பவித்ரமானதாகக் கருதப்படும் செபில் மரத்தின் விதைதான். ஒரு சிறிய பொட்டலத்தை அவள் என்னிடம் எடுத்து வந்து காட்டினாள். அதற்குள்ளே அந்த விதை பொதிந்திருந்தது. அந்த விதைக்கு தெய்வீக சக்தியிருப்பதாக அவள் கூறினாள். அது அவளோடு இருக்கும்வரையில் எந்தத் தீங்கும் அவளை அண்டாது என்றும் சொன்னாள். அவளுடைய கிராமத்திற்குச் சென்றவுடன்

ஒரு குறிசொல்பவரை நாங்கள் கலந்தாலோசிக்க வேண்டும்; என்னுடைய ஜாதக அம்சங்கள் அவளுடைய ஜாதக அம்சங்களோடு ஒத்துப் போகவில்லையென்றால் நாங்கள் பிரிந்துவிட வேண்டியது தான் என்று அவள் முன்னெச்சரிக்கையாகச் சொன்னாள். என்னுடைய குருவின் ஜாதக அம்சங்களோடு தன்னுடைய ஜாதக அம்சங்கள் ஒத்துப்போகவில்லை என்றாள். அதனால்தான் அவளுடைய குடும்பத்தினர் அவர்களுடைய திருமணத்திற்கு எதிர்ப்புத் தெரிவித்தனர். இதனால் வேறுவழி இல்லாமல் அவள் அவரோடு திபெத்துக்கு ஓடிவந்துவிட்டாள்.

என்னுடைய குரு மடாலயத்தைவிட்டு ஓடிப்போன பத்து நாள்களுக்குப் பிறகு ஒருவழியாக ஸ்தூபியின் நிர்மாணம் நிறைவடைந்தது. நானும் குலாவும் நேபாளத்துக்குக் கிளம்பிச் செல்லத் தயாராகிக் கொண்டிருந்தோம். என்னுடைய குரு அந்தப் பொன்மகுடத்தைக் கடைந்து வேலை செய்த நேரங்களில் தானும் மணிக்கணக்காக அவரோடு கூடவே இருந்து கவனித்திருந்ததாக அன்று மாலை அவள் என்னிடம் கூறினாள். ஸ்தூபியிலிருந்து அந்தப் பொன்மகுடத்தை எப்படிச் சாமர்த்தியமாகக் கழட்டுவதென்று தனக்குத் தெரியும் என்றும் அவள் சொன்னாள். 'ஆயிரம் கரங்கள் கொண்ட காருண்ய போதிசத்துவருடைய சிற்பத்துக்குக் கீழாக வரையப்பட்டிருக்கும் மண்டலத்தின் மையத்தில் ஒளித்து வைக்கப் பட்டிருக்கும் பேழைக்குள்தான் அதற்கான தங்கச் சாவி இருக்கிறது. அந்தப் பேழையைத் திறக்க நம் ம்யோஹா ரெங்கே எனும் இரகசிய மந்திரத்தை ஞான போதிசத்துவரின் சிற்பத்திடம் சென்று ஓத வேண்டும். எனக்கும் மடாதிபதிக்கும் மட்டும்தான் இந்த இரகசிய மந்திரம் தெரியும்.'

ஒரு கணம் அவள் சொன்ன இந்தத் திட்டத்தைப் பரிசீலித்தேன். பிறகு இது மிகவும் அபாயகரமான செயல் என்று அவளிடம் சொன்னேன். 'நாம்தான் அந்தப் பொன்மகுடத்தைத் திருடி யிருக்கிறோம் என்று புத்தபிக்குகள் கண்டுபிடித்துவிட்டால் நம்மால் நேபாளத்துக்குச் செல்லவே முடியாது. அவர்கள் நம்மைக் கொன்றும் விடலாம்' என்றேன். ஆனால் தன்னுடைய திட்டம் சரியாகவே நடந்தேறும் என்று தான் உறுதியாக நம்புவதாக அவள் என்னிடம் சொன்னாள்.

அன்று பின்னிரவில் அவள் அறையை விட்டுப் பதுங்கி வெளியே செல்லும் ஓசையை நான் கேட்டேன்.

மறுநாள் விடிகாலையில் ஒரு புத்தபிக்கு என் கதவை அறைந்தார். குலா ஸ்தூபியின் மீது இருப்பதாகவும் அவளால் கீழே இறங்கிவர முடியவில்லையென்றும் அவர் என்னிடம் சொன்னார். மடாலயத்தில் இருந்தவர்கள் அனைவரும் மலைமீது ஓடிச்சென்று பார்த்தனர். குலா எப்படியாவது தன்னுடைய திட்டத்தை நிறைவேற்றப் பார்த்திருக்கிறாள். அவள் எப்படியோ அந்தப் பொன்மகுடத்தைக் கழற்றியெடுத்துவிட்டாள். ஆனால் இப்பொழுது ஸ்தூபியின் உச்சியில் சிக்கிக்கொண்டுவிட்டாள். அந்த ஸ்தூபியின் மைய வெண்கலத்தூண் அவளுடைய தொடைகளுக்கு இடையில் செருகிக் கொண்டிருந்தது. அதிலிருந்து விடுவித்துக்கொள்ள அவள் போராடிக் கொண்டிருந்தாள். ஆனால் அவள் மேலும் கீழுமாக அசைய அசைய அந்தத் தூண் தடித்துக்கொண்டே இருந்தது. ஒரு கட்டத்தில் அவளால் இனி அசையவே முடியாது என்ற நிலை வரும்வரை அது தடித்தது.

அந்தப் பொன்மகுடம் வட்டவடிவ மேடைமீது விழுந்து கிடந்தது. பேரச்சம் கொண்டு நடுங்கிப் போய் அந்த புத்தபிக்குகள் பூமியில் ஆணியடித்தாற்போல் நின்றுகொண்டிருந்தார்கள். ஒரு ஏணியை எடுத்து வந்து அந்த ஸ்தூபியின் மீது நான் ஏற முயன்றேன். ஆனால் ஸ்தூபியின் மீது பட்டமாத்திரத்தில் அந்த ஏணி தீப்பிழம்பாய் வெடித்துச் சிதறியது. எரியும் ஏணியைப் போட்டுவிட்டு நான் கீழே குதித்துவிட்டேன். உலைக்களத்தில் உருகிக்கொண்டிருக்கும் போது அது எவ்வளவு உஷ்ணமாக இருக்குமோ அதே அளவு இப்போதும் அந்த வெண்கலக் கலசம் தகித்துக்கொண்டிருந்தது.

கடைசியில் மடாதிபதி அங்கே வந்து சேர்ந்தார். ஒரு நீளமான கம்பைக் கொண்டு அந்தப் பொன்மகுடத்தைக் கல்மேடையிலிருந்து தட்டிவிட அவர் புத்தபிக்குகளுக்கு உத்தரவு போட்டார். பிறகு அங்கே உலவிக்கொண்டிருக்கும் தீய ஆவிகளை விரட்ட பேயோட்டும் சடங்கு ஒன்றுக்கு அவர் ஏற்பாடு செய்தார். மந்திர உச்சாடனங்களைச் சொல்லி வழிபாடு நடந்துகொண்டிருக்கும் போதே, வானிலிருந்து கனத்த மழை பொழியத் தொடங்கியது. ஸ்தூபி அடர்ந்த புகையால் மூடப்பட்டிருந்தது. ஆனால் தொடர்ந்து அது உஷ்ணமாகிக் கொண்டே வந்தது. ஸ்தூபியின் மேற்பரப்பின் மீது மழைத்துளிகள் பட்டவுடன் அவை பயங்கரமான ஓசையோடு வெடித்துச் சிதறின.

மூன்று நாள்களுக்குப் பிறகு புகை ஒருவழியாக அடங்கியது. அந்த வெண்கலத் தூணின் உச்சியில் குலா இன்னமும் சிக்கிக் கொண்டிருப்பதைப் பார்த்தேன். அவள் இப்போது இறந்துவிட்டாள்.

ஆனால் அவள்மீது வீசிக்கொண்டிருந்த புனுகின் மணம் இன்னமும் காற்றை நிறைத்திருந்தது.

அவரவருடைய உடைமைகளை எடுத்துக்கொண்டு நானும் புத்தபிக்குகளும் அங்கிருந்து கிளம்பத் தயாரானோம். அந்த கடல்நாக தேவனின் கண்திருஷ்டியில் அந்த மடாலயம் அமைந் திருப்பதால் அது உசிதமான இடமில்லை என்று மடாதிபதி கூறினார். மலையடிவாரத்தில், ஆற்றுக்குப் பக்கத்தில்தான் அந்த மடாலயம் எழுப்பப்பட்டிருக்க வேண்டும் என்றும் அவர் சொன்னார். அந்த புத்தபிக்குகளைப் பின்தொடர்ந்து செல்ல நானும் பலமுறை முயன்றேன். ஆனால், காற்றில் குலாவின் சுகந்தத்தை சுவாசிக்க முடியாத மறுகணம் நான் தரையில் மயங்கி விழுந்துவிடுவேன்.

கடைசியில், மலைமீதே இருந்து அவளைக் கண்காணித்துக் கொண்டிருப்பது என்று முடிவெடுத்தேன். கைவிடப்பட்ட அந்த மடாலயத்தின் மிகப் பெரிய அறையைத் தேர்ந்தெடுத்து அங்கே நான் வசிக்க ஆரம்பித்தேன். சில நேரங்களில், நள்ளிரவில், யாருடனோ கலவி கொள்வதைப் போல் குலா முனகி உறுமும் ஓசை எனக்குக் கேட்கும். அந்த வெண்கலத் தூண் மீதே இரண்டாண்டுகளாய்க் கிடந்து அவளுடைய உடல்மெலிந்து உலர்ந்து போயிருந்தது. காற்றடிக்கும் போதெல்லாம் ஒரு திசைகாட்டும் பொம்மைக் கோழியைப் போல அது இங்குமங்குமாய் ஊசலாடும். காற்று அடங்கிய பிறகு, அவளுடைய உடல் எப்போதும் நேபாளத்தின் திசையையும் பெண்தெய்வங்களான எவரெஸ்ட்டுக்கும் ஷிஷாபங்மாவுக்கும் இடையில் இருக்கும் குதிரைப் பாதையையும் பார்த்தபடி இருக்கும். ஆண்டுகள் செல்லச் செல்ல, அவளுடைய முகம் பனிபோல வெளுத்திருந்தது. அவளுடைய கூந்தல் மேலும் கருமையாகவும் பளபளப்புடனும் விளங்கத் தொடங்கியது. பிறகு ஒருநாள் அவள் ஒருவழியாக அந்த ஸ்தூபியைவிட்டுக் கீழே இறங்கினாள். ஒரு காகிதம் போல அவள் காற்றில் மிதந்துவந்து தரையில் விழுந்தாள். நான் நடந்துபோய் அவளைச் சுருட்டி எடுத்துக்கொண்டு மலையை விட்டு இறங்கிக் கீழே வந்தேன்.

இந்தக் கதையைச் சொல்லி முடித்த பிறகு அவன் தனக்குப் பின்புறத்திலிருந்த சுவரைச் சுட்டிக்காட்டினான். ‘அதுதான் அவள்’ என்றான். உடனே நான் துள்ளிக் குதித்துப் பார்க்க முயன்றேன்.

ஆனால், அங்கே உயிரியம் குறைவாக இருந்ததால் மின்னும் விண்மீன் கூட்டத்தின் ஒளியால் கண்கள் கூசின. ஒரு வழியாகப் பார்வை தெளிவானவுடன் ஒரு தீக்குச்சியை உரசினேன்; சுவரில் தொங்கிக் கொண்டிருந்த பொருளைத் தொட்டுப்பார்க்க அருகில் சென்றேன். அது உலர்ந்த ஆட்டுத்தோலைப் போல மிகவும் கடினமாக இருந்தது. ஆனால் அதன் முடி மென்மையாகவும், மிருதுவாகவும், பளபளப்புடனும் இருந்தது. இன்னொரு தீக்குச்சியை உரசி தொடையிடுக்குக்கு நடுவிலிருந்த கருப்புமுடியைப் பார்த்தேன். உண்மையிலேயே அங்கே ஒரு பெரிய கரும்பள்ளம் தென்பட்டது.

தன்னுடைய அறைக்குள் தீக்குச்சியைக் கொளுத்துவதை அந்த வெள்ளி ஆசாரி அனுமதிப்பதில்லை என்று மாவட்ட எழுத்தர் என்னிடம் கூறினார். மறுநாள் காலையில் நான் மலையின் உச்சிக்குக் கிளம்பினேன். இந்தக் கதையின் தொடக்கத்தில் நான் குறிப்பிட்டு இருந்ததைப் போலத்தான் எல்லாமே இருந்தது. அந்தப் பழமையான ஸ்தூபி சிதிலமடைந்து வெறும் கற்குவியல்தான் மிஞ்சியிருந்தது.

அந்தக் கிராமத்தைவிட்டுக் கிளம்பும் போது முந்தைய நாள் நான் எழுப்பியிருந்த தூசு இன்னமும் காற்றுவளியின் நடுவே மிதந்துகொண்டிருந்தது. எனக்கு முன்பாக சில பெண்கள் முதுகில் கற்களைச் சுமந்துகொண்டு மெல்ல மலையின் மீதேறிக் கொண்டிருந்தார்கள். ஒரு சில தப்படிகள் நடந்த பிறகு, மூச்சு வாங்க அவர்கள் நின்றார்கள். அப்பொழுது திரும்பி என்னைப் பார்த்துச் சிரித்தார்கள். அவர்களுள் ஒருத்தியை எனக்கு அடையாளம் தெரிந்தது. முந்தைய நாள் ஒரு கற்கூரையின் கீழிருந்து தலைவாரிக்கொண்டே என்னை வெறித்துப் பார்த்துக்கொண்டிருந்த அதே பெண்தான் அவள். அவளுடைய முலைகள் மிகவும் பருத்திருந்தன. அவள் போட்டிருந்த சட்டையின் இரண்டாவது பொத்தான் அவிழ்ந்திருந்தது. அந்த இடத்தில் ஒரு ஊசியைச் செருகி மார்ச்சதை வெளியே தெரிந்து விடாத அளவுக்குக் கவனமாக அவள் மூடியிருந்தாள்.

●

5

தீட்சையின் கடைநிலை

மரஞ் செடி கொடியென்று எதுவுமில்லாமல் சூரியனுக்குக் கீழே, அந்த மலைத்தொடர் நிசப்தமாக நூற்றுக்கணக்கான கிலோ மீட்டர் பரந்திருந்தது. அந்தி நெருங்க நெருங்க மலையின் சரிவுகளை இரத்தச் சிவப்பு வண்ணத்தில் அஸ்தமனக் கதிர்கள் நனைத்தன. கூரிய முனைகள்கொண்ட சிகரங்களுக்குக் கீழே சூரியன் மறைய மறைய வானுக்கும் பூமிக்கும் இடையில் வெளிச்சத்தின் கடைசி நாடாக்கள் கண்ணாமூச்சி காட்டிக்கொண்டிருக்க, நான் மலையேறத் தொடங்கினேன். ஒரு புராதன நகரின் சிதைவுகளைப் போல் எழும்பி நின்றிருந்த அந்த மலைகளில் வாழ்வின் துடிப்பு எங்கேயாவது தட்டுப்படாதா என்று நான் வீணாகத் தேடிக்கொண்டிருந்தேன். அந்த மலைகள் என்னை மேலே இழுத்துவந்தன. பிறகு என்னை மூழ்கடித்தன. பிறகு என்னை உள்ளீடற்ற வெற்றுப் பிரேதமாகத் தாழ்த்திவிட்டன. மேலும் ஓரடிகூட எடுத்துவைக்க முடியாத நிலையில் நான் தரையில் சரிந்தேன். பாறைகளுக்குள் கைகளைப் புதைத்து ஒரு குழந்தை போலத் தேம்பினேன். பிறகு எழுந்து நின்று, புன்னகைத்து, கீழே இருக்கும் சாலைக்கு மீண்டும் நடந்து சென்றேன்.

ராகா எனும் இடத்திலிருந்து கிளம்பிய மறுநாள்தான் அது. நான் முதுகில் சுமந்துகொண்டிருந்த பையில், மனித மண்டையோட்டால் உருவாக்கப்பட்ட ஒரு சடங்குக் கிண்ணி இருந்தது. ஒரு தெருச் சந்தையில் அதை நான் வாங்கியிருந்தேன். அந்த மண்டையோடு என்னிடம் இருந்தது. இதனால் மனம் நிலைகுலைத்து அமைதி இழந்திருந்தது. குழம்பியிருக்கும் மனதில் தெளிவு பிறக்கவும் வாழ்க்கையில் நான் என்னவாக இருக்கவேண்டும் என்று

தீர்மானிக்கவும் இந்த வறண்ட மலைப் பிரதேசத்தில் ஏறியிறங்கி முயன்று பார்க்கலாம் என்ற முனைப்பில் இருந்தேன். திபெத்தில் பூமியின் ஒவ்வொரு துகளிலும் மதம் நீக்கமற நிறைந்திருந்தது. மனிதனும் கடவுளும் பிரிக்க இயலாதவர்கள். தொன்மங்களும் செவிவழிக் கட்டுக்கதைகளும் ஒன்றோடொன்று பின்னிக் கிடக்கும். நவீன உலகத்தால் புரிந்துகொள்ள முடியாத எத்தனையோ விதமான வேதனைகளை இங்கிருக்கும் மனிதர்கள் சகித்துக்கொண்டிருக் கிறார்கள். இந்தக் கதையை நான் இங்கே விவரிப்பதற்குக் காரணமே இதை மறக்க முயலுவதுதான்.

வாழும் புத்தர் மோட்சம் பெற்ற பிறகு, ஒன்பது நாள்கள் கழித்து அவள் கண்டுபிடிக்கப்பட்டாள். அவள்தான் டென்ஸின் வாங்டு. அவள் அவதரித்து ஒன்பது நாள்களே ஆகியிருந்தன. ஆனால் அகலத் திறந்து கிடந்த அவளுடைய கண்கள் தன்னைச் சுற்றிலும் இருக்கும் மாந்தர்களையும் பொருள்களையும் மிக உன்னிப்பாக கவனித்தபடி இருந்தன. வைக்கோலால் செய்யப்பட்ட செங்கற்களும் களிமண்ணும் கொண்டு அந்தக் குடில் எழுப்பப்பட்டிருந்தது. அவளுடைய அன்னையின் நைந்துபோன மார்த்துணி மீது வெண்ணெய்த் திரிவிளக்கின் ஒளி பட்டு மெருகூட்டிக் கொண்டிருந்தது. அது மிகவும் ஏழைக் குடும்பம். வெளியே ஏதோ சந்தடி கேட்கவும், குழந்தையை ஆட்டுத்தோல் அங்கிக்குள் பொதிந்து வைத்துவிட்டு அன்னை வெளியே வந்தாள். கருப்புச் செம்மறியாட்டு மந்தையைப் போல், வந்தவர்கள் வாயிலை அடைத்துக்கொண்டு நின்றார்கள். அந்தத் தாய் அவர்களை உள்ளே வரும்படி அழைத்தாள். வந்திருந்தவர்கள் டென்ப்பா மடாலயத்தைச் சேர்ந்த உயர்நிலை புத்தபிக்குகள். சடங்குகளின் ஆசான், மதகுரு சுங்மா வந்திருந்த குழுவுக்குத் தலைமை ஏற்றிருந்தார்.

‘ஒன்பது நாள்களுக்கு முன்பாக உனக்குக் குழந்தை பிறந்திருக்கிறது என்று கேள்விப்பட்டோம்’ என்றார் மதகுரு சுங்மா. அது உண்மை தான் என்று தாய் ஊர்ஜிதப்படுத்தினாள். குழுமியிருந்த புத்தபிக்குகள் உடனடியாகக் கைகளைக் கூப்பி, வேதங்கள் ஓதித் தொழுதனர். வாழும் புத்தரின் புதிய அவதாரத்தைக் கண்டுபிடித்தாகிவிட்டது என்று தன்னுடைய உயர்நிலை மடாதிபதிகளுக்குச் செய்தி சொல்ல ஒரு தூதுவரை மதகுரு சுங்மா அனுப்பிவைத்தார். பிறகு அவர் அந்த

அன்னையிடம் 'குழந்தை ஆணா பெண்ணா?' என்று கேட்டார். 'அவளுடைய பெயர்?' 'சாங்சாங் தோல்மாவா?' 'இனிமேல் அவள் சாங்சாங் தாஷி என்று அழைக்கப்படுவாள்' என்றார்.

டென்ஸின் வாங்டுவின் மறுபிறப்பைக் கொண்டாடும் விதமாக ஒரு வைபவத்திற்கு ஏற்பாடு செய்யப்பட்டது. சாங்சாங் தாஷியின் ஒட்டுமொத்தக் குடும்பமும் தங்கள் குடிலைவிட்டு, டென்ப்பா மடாலயத்திற்குக் குடிபெயர்ந்தது.

தனது பதினைந்தாவது வயதில் சாங்சாங் தாஷி ஐந்து முக்கிய பௌத்த அலங்காரங்களைப் பற்றியும் கற்றுத் தேர்ந்தாள். பிறகு மன்ரின்பா கல்லூரியில் திபெத்திய மருத்துவப் பயிற்சியை மேற்கொண்டாள். மடாலயத்திலிருந்து ஒரு மணி நேர நடையில் கல்லூரி இருந்தது. ஆரம்பத்தில் அவளை வண்டியிலோ குதிரை மீதோ அவர்கள் அனுப்பிவைத்தார்கள். ஆனால், சில மாதங்கள் சென்ற பிறகு தானே அங்கு நடந்து செல்ல அனுமதிக்கும்படி அவள் கேட்டுக்கொண்டாள். அவள் அப்படித் தினமும் நடந்து செல்லும் போது தன்னுடைய மனம் மேலும் தெளிவு பெறும் என்று அவள் நம்பினாள். தன்னால் இன்னதென்று விவரிக்க முடியாத உணர்வுகள் அவளை ஆட்கொண்டு இம்சித்தன. இதுநாள் வரையிலும் தன்னுடைய பதினைந்து ஆண்டுகால வாழ்க்கையில் பௌத்த மத வேத நூல்களைப் பயில்வதும், யோகக் கலையைப் பயிற்சி செய்வதையும் மட்டுமே அவள் அறிந்திருந்தாள்.

கல்லூரிக்குச் செல்லும் பாதையில் நடப்பது அவளுக்குப் பேரின்பமாக இருந்தது. கனவில்கூட அதையே அவள் அடிக்கடி கண்டு அனுபவித்து வந்தாள். அந்தப் பாதையின் முதல் பகுதி தூரத்தை அவள் ஏற்கெனவே பல்லாயிரம்முறை நடந்து பழகியிருக்கிறாள். தன்னுடைய தியான அறையை எப்பொழுது திறந்தாலும் அங்கே அவள் முன்னே அந்தப் பாதை விரிந்து கிடக்கும். மலையின் கீழ் அமைந்திருக்கும் பல்வேறு மடாலயக் கல்லூரிகளுக்கும் ஊடாக வளைந்து நெளிந்து போகும் கற்கள் பாவிய குறுகிய பாதை. அந்தப் பாதையின் முதல் வளைவில் ஒரு உயர்ந்த செந்நிறச் சுவர் இருந்தது. மடாலயத்தின் இதயம் போன்ற மையப்பகுதியைச் சுற்றிவளைத்து அது கட்டப்பட்டிருந்தது. சாக்யமுனிக்கும் பதினாறு போதி சத்துவர்களுக்கும் அர்ப்பணிக்கப்பட்டிருந்த கோவில் அதனுள்ளே இருந்தது.

இந்தப் பிரகாரச் சுவரை யாத்ரீகர்கள் வலம்வர ஏதுவாக ஒரு

தடம் அமைந்திருந்தது. கடந்த இருபது ஆண்டுகளாக ஒரு மூதாட்டி இந்தத் தடத்தில் தன்னுடைய தக்கிளியால் நூற்றுக்கொண்டே வலம் வந்தபடி இருக்கிறாள். மறுபிறப்பில் தான் ஒரு ஆணாகப் பிறக்க வேண்டும் என்பதே அவளுடைய வேண்டுதல். கல்லூரிக்குக் கீழிறங்கிப் போகும் போது சாங்சாங் தாஷி இந்த மூதாட்டியை அடிக்கடிப் பார்ப்பதுண்டு. சாங்சாங் தாஷியைப் பார்த்தவுடனே அந்த மூதாட்டி நெடுஞ்சாண்கிடையாகத் தரையில் விழுந்து நெற்றியைத் தரையில் முட்டிக்கொள்வாள்.

அந்தச் செந்நிறச் சுவருக்கு எதிர்த்தாற்போல் மூத்த ஒழுக்க நெறியாளரின் இல்லத்துப் பெருங்கதவு இருந்தது. அந்த இல்லத்தின் முற்றத்துக்கு வெளியே தெருநாய்கள் கூடி ஒன்றையொன்று விரட்டிக் கொண்டோ புணர்ந்துகொண்டோ இருக்கும். இன்னும் சற்றுக் கீழே, வலப்புறத்தில் மடாலயத்தின் பிரதான வாயிலுக்கு இட்டுச் செல்லும் பாதை தென்படும். புத்தரின் ஓவியம் வரையப்பட்ட திரைச் சீலையை விரித்துக் காட்டும் வைபவநாளின் போது அந்தப் பாதையில் யாத்ரீகர்கள் கூடி மொய்த்த வண்ணம் இருப்பார்கள். இதர வேளைகளில் சிறு வியாபாரிகள் பாதையோரத்தில் கூடாரமிட்டுத் தங்களுடைய பொருள்களை விற்றுக்கொண்டிருப்பார்கள். அந்தக் கூடாரங்களுக்கும், சிறிய செங்கல் வீடுகளுக்கும் இடைப்பட்ட வெளியில் பிச்சைக்காரர்களும், ஊரூராகச் செல்லும் கொல்லர்களும், ஆங்காங்கே கிடைக்கும் கற்களைக்கொண்டு அப்போதைக்கென்று கட்டப்பட்ட குடில்களில் வசித்துவந்தார்கள். இந்திய வியாபாரிகளிடமிருந்து கைவளைகளும் தோடுகளும் வாங்குவதற்கென்று சாங்சாங் தாஷி அடிக்கடி அந்தப் பாதையில் கீழிறங்கிச் செல்வது உண்டு.

மருத்துவக் கல்லூரிக்கு நடந்து செல்லும் போது, மடாலய வாயிலுக்கு வந்தவுடன் இடதுபக்கம் திரும்பி, பாதையைவிட்டு விலகி மக்காச்சோளமும் பட்டாணியும் விளைந்திருக்கும் வயல்வரப்புகளின் வழியாக சாங்சாங் தாஷி நடந்து செல்வாள். சற்றே குட்டையான அலரிச் செடிகள் வழியெங்கும் வரிசைகட்டி நிற்கும். அவற்றின் அடிச்சுவட்டை ஒட்டினாற்போல் களைப்பூண்டுச் செடிகள் மதமத வென்று வளர்ந்திருக்கும்.

காலை வேளைகளில் காட்டுவாகைப் பூக்களின் மகரந்த நெடி காற்றில் விரவியிருக்கும். இந்த வயல்வரப்புகளின் மீது நடந்து செல்லும் போது நடுநடுவே நின்று டென்ப்பா மடாலயத்தை

சாங்சாங் தாஷி அடிக்கடி திரும்பிப் பார்ப்பதுண்டு. மடாலயத்தின் சுற்றுப்புறச் சுவர்களின் உச்சியில், மலைகளின் பாதிவழியில், ஒரு கல்மேடை அமைந்திருந்தது. பண்டிகைக் காலங்களில் புத்தரின் ஓவியத்திரைகள் அவற்றின் மீது காட்சிப்படுத்தப்பட்டிருக்கும். அந்தக் கல்மேடை பிருமாண்டமாக, தூய்மையானதாக இருந்தது. காற்றடிக்கும் போதெல்லாம் மடாலயக் கூரைமீது தொழுகைக் கொடிகள் படபடத்துக்கொண்டிருக்கும் ஓசையை சாங்சாங் தாஷி செவிமடுப்பாள். அந்தக் கொடித்துணிகள் ஏதோ சுக்கல் சுக்கலாய்க் கிழிபடுவதைப் போல் அந்த ஓசை இருக்கும். நூற்றுக்கணக்கான சிறுசிறு வழிபாட்டுத்தலங்கள் அந்த மலைகளின் எல்லைகளை அரவணைத்தபடியிருக்கும். இந்த வயல்வெளிகளை ஒட்டிச் செல்லும் பாதை, மலைகளிலிருந்து வீழ்ந்து, தூரத்தே மின்னிக் கொண்டிருக்கும் நையாங்ச்சூ நதியில் கலக்கும் ஒரு ஓடையைக் கடந்து செல்லும்.

இந்தப் பாதையில் நடக்க நேரும் போது தான் ஒரு வாழும் புத்தர் என்பதை, டென்ஸின் வாங்டுவின் அவதாரமென்பதை, சாங்சாங் தாஷி மறந்துவிடுவாள். அந்த வயல்வெளிகளின் சுகந்தம் அவளுக்குப் போதையூட்டும். நையாங்ச்சூ நதியின் மீது போடப் பட்டிருக்கும் மரப்பாலத்தின் மீது நின்றுகொண்டு நதியின் நீர்ப் போக்கில் அலைக்கழிந்துகொண்டிருக்கும் ஆகாயத்தாமரைக் கொடிகளைப் பார்த்துக்கொண்டிருப்பது அவளுக்குப் பிடிக்கும். நையாங்ச்சூ நதியின் குறுக்காகத்தான் மருத்துவக் கல்லூரி கட்டப் பட்டிருந்தது. அதற்கும் அப்பால், ஆளரவமற்ற, வெறுமையான மலைகள் நீண்டிருந்தன.

நாளை நடக்கவிருக்கும் அதிகாரமளிப்புச் சடங்கில் சாங்சாங் தாஷி கலந்துகொள்ள வேண்டும். இதுதான் அவள் தீட்சை பெற்றுக்கொள்ள இறுதிநிலைச் சடங்கு. இந்தக் கடைநிலைச் சடங்கை முடித்தவுடன், முடிவற்ற ஒளியின் புத்தர் என்று கருதப்படும் அமித்தாபா அவளுடைய இதயத்தில் குடிகொண்டிருக்கும் கோபம், பேராசை போன்ற உணர்வுகளை அகற்றி, அவளிடம் அமைந்திருக்கும் பௌத்த இயற்கையை மேலோங்கச் செய்வார். அதிகாரமளிப்புச் சடங்கைத் தொடர்ந்து நடக்கவிருக்கும் தருமம் செய்யும் சடங்கில் பங்கெடுத்துக்கொள்ள மலையின் மேலிருந்து யாத்ரீகர்கள் ஏற்கெனவே குழுமிக்கொண்டிருந்தார்கள். இந்த நிகழ்ச்சிகளில் சாங்சாங் தாஷிக்கு எந்தவித ஈடுபாடும் இல்லாமல் இருந்தது. அவளுக்கு வேண்டியிருந்ததெல்லாம் தனிமையில் தன்னுடைய

நிலையைப் பற்றித் சிந்திக்கக் கொஞ்சம் அவகாசம் மட்டுமே.

இன்றும் வழக்கம் போல தன்னுடைய முதுநிலை வகுப்புக்காக மருத்துவக் கல்லூரியின் பிரதான அறையை அவள் வந்தடைந்தாள். குகை போன்ற அந்த அறையின் மையத்தில் ஒரு சடலம் கிடத்தி வைக்கப்பட்டிருந்தது. உடலின் நுட்பமான வாயுக்களின் இருப்பிடம், அவற்றின் வழிகள், அந்த வாயுக்கள் எப்பொழுது அடங்கும் என்பன பற்றியெல்லாம் எடுத்துரைத்து குரு விவாதிக்க இருக்கிறார். இந்தப் பாடங்களில் சாங்சாங் தாஷிக்கு மிகுந்த ஆர்வமிருந்தது. பயிற்சி நிலையில் இருக்கும் புத்தபிக்குகள் சடலத்தை எடுத்துவந்து கருவறையின் மீது வைத்தவுடன், குரு கத்தியை எடுத்தார். சடலத்தின் நெஞ்சை அறுத்துப் பிளந்தார். உள்ளேயிருந்த ஐந்து பிரதான உறுப்புகளையும் குடல்களையும் அகற்றினார். பிறகு இதயத்தை உருவி எடுத்து அகக்கண்ணைச் சுட்டிக் காட்டினார். சடலத்தின் மீது கவிந்திருந்த நாற்றம் சாங்சாங் தாஷிக்கு குமட்டலூட்டியது. மற்றெல்லோரையும் போலவே அவளுடைய தலையும் மழிக்கப் பட்டிருந்தது. என்றாலும், அந்த அறையிலிருந்தவர்களுள் அவள் மட்டுமே பெண். அவளுக்கு அடுத்ததாக கெலக் பல்ஜோர் நின்று கொண்டிருந்தான். இதர பத்துப் பதினொரு மாணவர்களைப் போலவே அவனும் குருவை உன்னிப்பாகக் கவனித்துக் கொண்டிருந்தான். பாணம் மடாலயத்தில் காலச்சக்ர உபதேசங் களைப் பயின்று ஆரம்பநிலை தீட்சையை அவன் பெற்றிருந்தான். மேற்படிப்பைத் தொடரக் கல்லூரிக்கு அவன் அனுப்பிவைக்கப் பட்டிருந்தான். வகுப்பு நடைபெறும் போது அவனுக்கு அடுத்ததாக நின்றுகொள்வதை சாங்சாங் தாஷி எப்பொழுதுமே விரும்பினாள்.

கண்களை மூடி எண்ணங்களைக் குவித்து, தன்னுடைய மனதில் என்ன இருக்கிறது என்று பார்க்கும்படி இளம் பிக்குகளுக்குக் குரு கட்டளையிட்டார். சில நிமிடங்கள் கழித்து, குருவின் மனதில் நிழலாடும் எண்ணங்களைத் தாங்கள் படித்துவிட்டதாக நான்கு இளம் பிக்குகள் சொன்னார்கள். அவள் என்ன பார்த்தாள் என்று சாங்சாங் தாஷியிடம் குரு கேட்டார். வகுப்பில் இருக்கும் மாணவர்களிலேயே வயதில் மிகவும் இளையவள் அவள்தான். மேலும் அவள் மட்டுமே அங்கே இருக்கும் வாழும் புத்தர். உடனடியாக அவள் தியான நிலைக்குச் சென்று பார்த்தாள். ஆனால் கடந்த ஆறாண்டுகளாகத்தான் அவள் யோகக்கலையைப் பயின்று வருகிறாள். அவளுடைய அகக்கண்கள் இன்னமும் மூடியே கிடந்தன. தன்னுள் இருக்கும் இறைமையை சாந்தப்படுத்தி, தன்னுடைய

இதயப்பாதையை நெறிப்படுத்த ஒரு மந்திரத்தை அவள் ஜபித்தாள். ஆனால் அவளால் தன்னுடைய நுட்பமான உடலின் நான்கு அடங்குநிலைகளைக் காட்சிப்படுத்திக் கொள்ளவே முடியவில்லை. திடீரென்று கால் விரல்களில் பற்றியெரியும் தகிப்பை அவள் உணர்ந்தாள். படிப்படியாக, அந்தத் தகிப்பு ஒரு தீப்பந்தாக மாறி, கால்களிலிருந்து அவளுடைய அகக்கண்ணுக்கு எழுவதை அவள் உணர்ந்தாள். தன்னுடைய உடலைத் தூய்மையாக்கிக்கொள்ளவும் உணர்வு நிலையைச் சமன்பாட்டில் நிறுத்திக்கொள்ளவும் ஓம் ஸ்வபவ மந்திரத்தை மனதுக்குள் ஜபிக்கத் தொடங்கினாள். ஓர் உறைநிலை நதி தன்னுடைய குருவின் மனதில் உருப்பெற்றுக் கொண்டிருப்பதை மெல்ல, மெல்ல, அவளுடைய அகக்கண்களால் காணமுடிந்தது. அவளுடைய தியானநிலை ஒளியின் வியாபக எல்லைகளுக்கு அவளைக் கடத்திக்கொண்டிருந்த வேளையில் அந்த உறைநதியில் தான் நிர்வாணமாக நின்றுகொண்டிருக்கும் காட்சி அவளுடைய அகக்கண்களுக்குப் புலனாகியது. தன்னுடைய கடநிலையிலிருந்து விரைந்து மீண்ட அவள் தன்னுடைய குருவிடம் தனக்குப் புலனாகிய காட்சியை விவரித்தாள்.

'நீ உன் மனதில் கண்ட காட்சியே நான் உன் மனதில் கண்ட காட்சியுமாம்' என்று குரு அவளிடம் கூறினார். வருங்காலத்தைக் காணும் கண்ணும் அகக்கண்ணும் ஒன்றல்ல. தன்னுடைய கத்தியை மீண்டும் கையில் எடுத்த குரு அதை சடலத்தின் கபாலத்துக்குள் செருகினார்.

சாங்சாங் தாஷி சற்றே குழம்பி நின்றாள். அவள் ஏன் அந்த உறைநதிக்குள் நின்றுகொண்டிருக்கிறாள் என்பதற்கான விளக்கத்தைக் குரு கூறவில்லை. அதுதான் என்னுடைய வருங்காலமா என்று அவள் மனம் சஞ்சலப்பட்டவாறிருந்தது. அவளுடைய நிர்வாண உடலின் காட்சி அவளைத் திகைப்பில் ஆழ்த்தியது. தான் அன்றாடம் வெறித்துப் பார்த்தபடியிருக்கும் பௌத்தமத ஓவியங்களில் வரையப்பட்டிருக்கும், வான்மீது நடக்கும் வல்லமைகொண்ட தாகினி எனும் பெண்தெய்வங்களைப் போல் அவள் தோன்றினாள். அந்தக் கணத்தில், அந்தச் சடலத்தின் கபச்சுரப்பியின் அடியிலிருந்த மிகச்சிறிய குருத்தெலும்பு ஒன்றைக் குரு நெம்பியெடுத்தார்.

'இதுதான் வருங்காலத்தைக் காணும் கண். பல ஆண்டுப் பயிற்சிக்குப் பிறகு இந்தக் கண்ணைப் பயன்படுத்தி மாந்தர்களின் உடலில் மறைந்திருக்கும் நோய்களையும், தீய சக்திகளையும்

உங்களால் கண்டறிய முடியும். சில நிமிடங்களுக்கு முன்பாக சாங்சாங் தாஷி ஒரு உறைநதியில் நின்றுகொண்டிருப்பதைப் பார்த்தேன். இன்றிலிருந்து இரண்டு நாள்களில் அவள் சகித்துக் கொள்ள விதிக்கப்பட்டிருக்கும் ஆறு வித வேதனைகள் மற்றும் மூன்றுவித ஆச்சாரங்கள் ஆகியவற்றுள் இதுவும் ஒன்று. நான் சொல்வதை நன்றாக மனதில் இருத்திக்கொள் சாங்சாங் தாஷி. அந்த உறைநதியில் நிற்கும்பொழுது எந்தவிதத் தீங்கும் நேராமல் உன்னைக் காத்துக்கொள்ள நீ இதுவரை பெற்றுள்ள யோகத் தேர்ச்சியே போதுமானது.'

சாங்சாங் தாஷி சற்றே கலவரமடைந்தாள். உறைநதி வெகு தொலைவில் இருக்கிறது. அதை மலையின் உச்சியிலிருந்து மட்டுமே தரிசித்திருக்கிறாள். குளிரையே உணராத அளவுக்குப் பனியில் அவள் சில நாள்கள் அமர்ந்திருக்கிறாள். ஆனால், உறைநதியில் நிற்பதென்பது எப்படியிருக்கும் என்று அவள் இதுவரை சிந்தித்துப் பார்த்ததில்லை. சில நிமிடங்களுக்கு முன்பாக அவளுடைய கால் விரல்களில் அவள் உணர்ந்த உஷ்ணத்தின் உக்கிரத்தை அவள் நினைத்துக்கொண்டாள். அந்தத் தகிப்பு அவளுடைய உடலிலிருந்து தோன்றியதல்ல. தன்னைச் சுற்றிலும் அவள் நோட்டம்விட்டாள். கெலக் பல்ஜோரின் தலைக்குமேல் ஒரு ஒளிவட்டம் சுழன்று கொண்டிருப்பதைப் பார்த்தாள். அவனைப் பார்த்து முறுவலித்தாள். குருவின் யோகத்திறமைகளை கெலகின் யோகத் தேர்ச்சி ஏற்கெனவே விஞ்சிவிட்டது என்று அவள் அறிந்திருந்தாள். ஆனால் அவன் இதை யாருக்கும் வெளிக்காட்டாமல் இருந்து வருகிறான்.

சடலத்திலிருந்து அந்தக் குருத்தெலும்பை உயர்த்திக்காட்டிய குரு, 'இந்த மானுடன் அறியாமை மிகுந்தவனாகவும், பேதைமை நிரம்பியவனாகவும் இருந்திருக்கிறான். அவன் குழம்பிய மன நிலையில், குளறுபடியான ஒரு வாழ்க்கையை வாழ்ந்திருக்கிறான். அதனால்தான் இந்தக் குருத்தெலும்பு மஞ்சள் நிறத்தில் இருக்கிறது. தியானப் பயிற்சி மூலமாக உங்களுக்கு ஞானம் கைகூடப் பெற்றது என்றால் உங்களுடைய குருத்தெலும்பு நிறமற்று ஊடுருவிப் பார்க்கும் தன்மையதாக மாறும். சான், வைதீக, தாந்ரிக புத்த வழிபாட்டு முறைமைகள் இந்த அகக்கண்ணின் பயன்பாட்டையே சார்ந்திருக் கின்றன. இது மட்டுமே உங்களை பௌத்த ராஜ்ஜியத்தினுள் எட்டிப்பார்க்க அனுமதித்து உங்கள் பார்வைகளைத் தெளிவாக்கி, அனைத்துப் பொருள்களின் தூய சாரத்தை நீங்கள் உய்த்துணர உதவும்.'

சடலத்தின் கண்ணை நோண்டி எடுத்த குரு அதைக் கத்தியால் குத்தினார். அதிலிருந்து வடிந்த கலங்கிய திரவத்தைப் பார்த்துவிட்டு, 'ஒரு சாதாரண மனிதன் தன்னுடைய கண்களின் வழியாகவே ஒவ்வொரு பொருளையும் பார்க்கிறான். அவனுடைய கண்கள் இயல்பிலேயே மங்கலானவையாக இருப்பதால் சாதாரண மனிதன் ஐந்துவகை நஞ்சால் சீரழிக்கப்பட்டுவிடுகிறான். இதனால் அவனால் ஞானம் பெற முடியாமல் போய்விடுகின்றது.' பாதி உறுப்புகள் சிதைக்கப்பட்ட நிலையில் இருந்த சடலத்தை சாங்சாங் தாஷி வெறித்துப் பார்த்தாள். அது ஒரு நடுத்தர வயது ஆணின் சடலம். அவனுக்குப் பெரிய, வெண்மையான பற்கள் இருந்தன. அவனுடைய குடல் எல்லோராலும் பார்க்கும்படி வெளியே தெரிந்தது. அதன்மீது ஈக்கூட்டம் மொய்த்துக்கொண்டிருந்தது.

மதியவேளையில் சாங்சாங் தாஷி தனியாகத் தன்னுடைய அறையில் சிந்தனையோடு அமர்ந்திருந்தாள். உடல்நலம் குன்றிய தன்னுடைய தாயை அவள் அப்பொழுதுதான் பார்த்துவிட்டு வந்திருந்தாள். தான் மருத்துவக் கல்லூரியில் பெற்றிருந்த அத்தனை அறிவையும் ஆற்றலையும் பயன்படுத்தி, கடந்த சில மாதங்களாக, தன்னுடைய தாயின் நோயைக் குணப்படுத்த சாங்சாங் தாஷி முயன்றபடி இருந்தாள். ஆனால் அவள் முயன்று பார்த்த எதுவுமே அவளுக்குப் பலனளிக்க வில்லை. சில வாரங்களுக்கு முன்பு தன்னுடைய தாயை வருத்தும் நோயின் தீயசக்திகளை ஒரு நாயின் பால் அவள் மாற்றிவிட்டிருந்தாள். இதனால் அந்த நாய் உடனே இறந்துவிட்டது. ஆனால், அவளுடைய குரு இச்செயலுக்காக அவளைக் கடிந்துகொண்டிருந்தார். எல்லா உயிர்களுக்கும் ஆன்மா இருக்கிறது என்று அவர் எடுத்துரைத்தார். தீயசக்திகளை இன்னொரு ஜந்துவுக்கு மாற்றிவிடுவதற்கு முன்பாக மிகவும் தீர்க்கமாக யோசிக்கவேண்டும் என்று அவர் கூறினார். தன்னுடைய தாய் மெல்ல மெல்ல உதிர ஆரம்பிக்கும் காட்சியை மனதுக்குள் நிகழ்த்திப் பார்த்தவுடன் அவளுடைய மனம் மீண்டும் அலைபாயத் தொடங்கியது.

நாளை நடக்கவிருக்கும் அதிகாரமளிப்புச் சடங்கில் அவள் கடைநிலையைத் தேறி தீட்சை பெற்றிருப்பாள். வாழும் புத்தரென்று அவளை அங்கீகரித்த போது நடைபெற்ற சடங்கிற்குப் பிறகு மடாலயம் ஏற்பாடு செய்திருக்கும் மிக முக்கியமான சடங்கு இதுதான்.

அதைப் பற்றி அவள் நினைக்கவே விரும்பவில்லை. கடந்த சில நாள்களாக மடாலயத்தின் கல்லூரிகள் புதிய வழிபாட்டுப் பதாகைகளைத் தங்கள் அரங்குகளில் தொங்கவிட்டிருந்ததை அவள் பார்த்தாள். ஆண்டுக்கணக்கில் கிடப்பில் போடப்பட்டிருந்த நீண்ட பித்தளைக் கொம்புகள் வெளியே எடுக்கப்பட்டு சீர்செய்யப்பட்டிருந்தன. புத்தபிக்குகள் அவற்றை எடுத்து ஊதிப் பழகிக் கொண்டிருந்தனர். ஒவ்வொரு கோவிலிலும் கடமாவின் வெண்ணெய் நிரம்பிய விளக்குகள் இரவிலும் பகலிலும் தொடர்ந்து எரிந்து கொண்டிருந்தன. சாங்சாங் தாஷி தன்னெதிரே இருந்த விளக்கைத் தொடர்ந்து வெறித்துப் பார்த்தவண்ணம் இருந்தாள். ஆனால், அவளால் தன்னுடைய மனதை நிலைக்குக் கொண்டுவர முடியவில்லை.

மடாலயத்தின் தியான மண்டபத்தின் மையத்தில் ஒரு பிருமாண்டமான வைபவ மண்டலம் கோலமிடப்பட்டிருப்பதை அவள் அறிவாள். புத்தரின் சிறு உருவச் சிலைகளும், யாகத்துக்கான பொருள்களும், சில மணி நேரங்களுக்கு முன்பாகத் தான் பார்த்த சடலத்தின் உடலிலிருந்து உருவியெடுக்கப்பட்டிருந்த குடலும் பிரதான கருவறையில் வைக்கப்பட்டிருந்தன. அந்தச் சதுரவடிவான மண்டலத்தின் ஒவ்வொரு மூலையிலும் சாம்பிராணி காட்டும் தூபக்கால்கள் வைக்கப்பட்டு இருந்தன. அந்த மண்டலக்கோலத்தின் முன்பாக கடினமான மெத்தைகள் போடப்பட்டிருந்தன. அவற்றின் மீதுதான் ஈருடல் இணையும் சடங்கை சாங்சாங் தாஷி நிகழ்த்திக் காட்ட வேண்டியிருந்தது. அங்கிருந்த பௌத்த மத சுவரோவியங்களின் கீழ் செந்நிறத் துணியால் முடிச்சிடப்பட்ட கடமா வெண்ணெய் விளக்குகள் நூற்றுக்கணக்கில் வைக்கப்பட்டிருந்தன.

அதிகாரமளிப்புச் சடங்கு வழக்கம் போலவே லப்ரங் சந்த்ஸோவால் நிகழ்த்தப்படவிருந்தது. நாளை அவனோடு இணைந்து ஈருடல் இணையும் சடங்கை நடத்தவேண்டும் என்ற எண்ணமே சாங்சாங் தாஷிக்கு மூச்சு அடைப்பது போல் இருந்தது. லப்ரங் சந்த்ஸோவுக்குத் தன்னைக் கண்டால் ஆகவில்லை என்பதை அவள் புரிந்துகொண்டிருந்தாள். அவளுடைய உடலில்தான் அவனுடைய அண்ணன் டென்ஸின் வாங்டு மறுபிறப்பு எய்தியிருக்கிறான் எனும் எண்ணத்தையே அவனால் சகித்துக்கொள்ள முடியவில்லை என்பதையும் அவள் உணர்ந்திருந்தாள். ஆனால், பல இரகசியக் கோட்பாட்டு போதனைகளில் லப்ரங் சந்த்ஸோ அபாரமான தேர்ச்சி பெற்றிருந்தான். ஐந்து முக்கிய பௌத்த அலங்காரங்களைப் பற்றி

தீட்சையின் கடைநிலை ◆ 71

அவளுக்குப் போதித்தவனே அவன்தான். அவளுடைய தீட்சையின் ஆரம்பகட்ட கும்ப தீட்சையை நடத்திக் கொடுத்தவனும் அவனே. லப்ரங் சந்த்ஸோவின் முகத்தை சாங்சாங் தாஷி நினைவுபடுத்திப் பார்த்தாள். அவனுடைய நெற்றி சுருக்கங்கள் விழுந்து, அவன் நிமிர்ந்து பார்க்கும் போது ஓரத்தில் மடிப்புமடிப்பாக விழும். அவனுடைய சிறிய கண்களுக்குள் அகன்ற பாவைகள் நிறைந்திருக்கும். மிகவும் உயரமான, பளுவான மனிதன் அவன்.

இடிமுழக்க செங்கோலைக் கையாளும் வஜ்ரபாணி எனும் போதிசத்துவர் தன்னுடைய வாழ்க்கைத் துணையோடு கலவி கொள்ளக் கட்டுண்டிருக்கும் சுவரோவியத்தை தியான மண்டபத்தில் சாங்சாங் தாஷி பார்த்திருக்கிறாள். இப்பொழுது அந்தச் சித்திரத்தை அவள் நினைத்துக்கொண்டாள். நாளை சாங்சாங் தாஷியும் வாழ்க்கைத் துணையின் நிலையை மேற்கொண்டு போதிசத்துவரின் இடுப்பைக் கால்களால் சுற்றிவளைத்தபடி அவருடைய மடிமீது அமர்ந்துகொள்ள வேண்டும். தகிப்புடன் கூடிய விசனம் அவளுள் படர்ந்து அதிர்ந்தது. லப்ரங் சந்த்ஸோவின் முகம் மீண்டும் அவள் மனதில் மின்னலடித்தது. அவனுடைய முகமொழி உணர்ச்சியற்று, கடுமையானதாகத் தோன்றியது.

மனதில் தோன்றிய பிம்பங்களை அவள் உடனடியாக அகற்றி விட்டு, சாக்யமுனி மந்திரத்தை ஜெபித்து தியான நிலைக்கு மீண்டாள். தன்னுடைய இதயத்தில் வீசியபடியிருக்கும் உயிர்காக்கும் வாயுவின் மீது அவள் கவனத்தைக் குவித்துக்கொண்டிருந்த கணத்தில், நாளை வஜ்ரபாணி எனும் போதிசத்துவர் அவளை வாழ்க்கைத் துணையாக ஏற்றுக்கொள்ளவிருக்கிறார் என்பதை அறிவிக்க மூன்று தாகினிகள் அவள் முன் தோன்றினர். அவர்கள் மறையும் தருவாயில், செந்நிற அங்கியணிந்த தாகினி அவளைத் திரும்பிப்பார்த்துப் புன்முறுவல் ஒன்றை வீசினாள். அதன் பிறகு ஞானத்தின் போதிசத்துவர் என்று அறியப்படும் அவளுடைய அகதேவி மஞ்சுஸ்ரீ, அந்தச் சதுர வடிவ மண்டலக் கோலத்தின் மீது அமர்ந்த நிலையில் அவள்முன் பிரசன்னமானாள். தன்னுடைய மேனியெங்கும் ஓர் உஷ்ணம் பரவுவதை சாங்சாங் தாஷி உணர்ந்தாள். அவளுடைய உதரம், தொடைகள், முழங்கால் முட்டிகள், உள்ளங்கால் பகுதிகள் எல்லாம் திடீரென்று இறகைப் போல லேசாக மாறிவிட்டதாக சாங்சாங் தாஷிக்குத் தோன்றியது. பிறகு கெலக் பல்ஜோரின் முகம் அவள் மனதில் மின்னலாய்த் தோன்றியது. தன்னை நிர்வாணமாக அவள் உணர்ந்து வெட்கப்பட்டாள். தியான நிலையிலிருந்து

உடனடியாக மீண்டாள். அவளுடைய சிந்தனை குழம்பியிருந்தது. நான்கு போதிசத்துவ மெய்க்காப்பாளர்கள் சூழ அவளுடைய அகதேவி இருக்கும் நிலையை மனதுக்குள் கொண்டுவர அவள் முயன்றாள். ஆனால் இந்த அகக்காட்சிக்குள் தன்னை அவளால் பொருத்திப் பார்க்கவே முடியவில்லை. அவளுக்கு லேசாகக் கிறுகிறுப்பு வந்தது. மேலும் அவளுடைய அறைக்கு வெளியே கேட்கும் ஓசைகள் அவளுடைய தன்னுணர்வுக்குள் நுழைந்தன. மீண்டும் தியான நிலையைக் கைவிட்டு அந்த மூன்று தாகினிகளும் தன்னிடம் சொன்ன விஷயத்தைப் பற்றி யோசிக்க ஆரம்பித்தாள்.

ரொட்டி வறுபடும் வாசம் சாளரத்தின் வழியாக அறைக்குள் வீசியது. அவளுக்குப் பசித்தது. மரத்தாலான மீன் வடிவ உடுக்கையை அவள் ஒலித்து பணிப்பெண்ணை ஒரு கோப்பை வெண்ணெய் இட்ட தேநீரைக் கொண்டுவரப் பணித்தாள். பிறகு கதவைச் சாத்திவிட்டுச் செல்லுமாறு கேட்டுக்கொண்டாள். இப்பொழுது இரவு கவிந்து, வானம் இருண்டிருந்தது. சாங்சாங் தாஷி தன்னுடைய அறையில் இருந்த வெண்ணெய் விளக்கின் கரிந்து போன திரியை வெறித்துப் பார்த்துக்கொண்டு, மறுநாள் தான் எப்படித் தோற்ற மளிப்போம் என்று கற்பனை செய்ய முயன்றவாறிருந்தாள். தியான மண்டபத்தில் நிர்வாணமாகப் படுக்கவேண்டியிருக்கும் என்ற நினைப்பே அவளுடைய வயிற்றில் புளியைக் கரைத்தது. இந்த அநாச்சாரமான கற்பனையை மனதிலிருந்து துடைத்தெறிந்துவிட்டு மீண்டும் தியான நிலைக்குத் திரும்ப அவள் யத்தனித்தாள். ஆனால் மனதை ஒருமுகப்படுத்துவது சாத்தியமில்லை என்று அவள் புரிந்து கொண்டாள். மனஉளைச்சலால் அவள் பதற்றம் மிகுந்து காணப் பட்டாள். தன்னுடைய மனதை ஒருமுகப்படுத்த முடியாமல் அவள் தவிப்பது பல ஆண்டுகளில் இதுவே முதன்முறை. தான் மேற்கொண்டிருக்கும் மடாலயப் பிரமாணங்களிலிருந்து வழுவு கின்றோம் எனும் எண்ணம் அவளைக் கலவரப்படுத்தியது. சற்றுமுன் ஊதி அணைத்த விளக்கை மீண்டும் அவள் பற்றவைத்தாள். ஐந்து போதிசத்துவர்கள் போதித்த மந்திரங்களை ஜெபிக்கத் தொடங்கினாள். ஒருவழியாக மனது அமைதியடையத் தொடங்கியது.

மறுநாள் அதிகாலையிலேயே அவளுக்கு விழிப்புத்தட்டி விட்டது. அவளுடைய ஒவ்வொரு உயிரணுவிலும் தான் ஒரு பெண் எனும் புலனறிவு விரவிநிற்பதைப் போல் அவள் உணர்ந்தாள். இன்னமும் விடிந்திருக்கவில்லை. வானில் இன்னமும் மெல்லிய பனிப்படலம் சூழ்ந்திருந்தது. இரத்த நாளங்களில் குருதி சீராக ஓடிக்கொண்டு

தீட்சையின் கடைநிலை ✦ 73

இருப்பதையும் அவள் உடுத்திருந்த இரவுநேரத்துக்கான ஆடை மார்பின் மீது அழுந்தப் பதிந்திருப்பதையும் அவளால் உணரமுடிந்தது. அவளுடைய தொடைகள், இடுப்புக்கட்டு, உதரம் எல்லாமே குழைவாக, மிருதுவாகத் தோன்றின. எழுந்து உட்கார்ந்த போது அவள் மேலும் அதிகமாக தன்னுடைய பெண்மையை உணரத் தொடங்கினாள். திடீரென்று, இன்னும் சில மணி நேரத்தில், நூற்றுக்கணக்கான மாந்தர்களின் முன்பாகத் தான் நிர்வாணமாகக் கிடக்கவேண்டும் என்று அவளுக்கு நினைவு வந்தது. கைகளால் தோளைச் சுற்றி மறைத்துக்கொண்டாள். பற்களை நெரித்தவாறே சாளரத்தின் வழியாக வெளியே வெறித்தாள். கருஞ்சிவப்பிலிருந்து ஊதா நிறத்துக்கு, பின்னர் மெல்ல மெல்ல வெளிர்நீலத்துக்கு என்று வானம் நிறம் மாறுவதைப் பார்த்துக்கொண்டிருந்தாள்.

தியான அறையில் நூற்றுக்கணக்கான புத்தபிக்குகள் குழுமி யிருந்தனர். அங்கிருந்த ஒவ்வொரு வெண்ணெய் விளக்கும் ஏற்றப்பட்டிருந்தது. மணிகள், கொம்புகள், ஜால்ராக்கள் என்று எல்லா வாத்தியங்களும் ஒன்றிணைந்து முழங்கிக்கொண்டிருந்தன. சடங்குக்கான ஆடையுடுத்தி, திண்சிவப்பு மணிகள் பதித்த அட்டிகை அணிந்து, சாங்சாங் தாஷி அரங்கினுள் நுழைந்தாள். அரங்கின் மையத்தில் போடப்பட்டிருந்த கடினமான மெத்தைகளை நோக்கி நடந்து லப்ரங் சந்த்ஸோவுக்கு எதிரில் அமர்ந்தாள். பத்மாசன நிலையில், தாமரைமலர் போல் தன் கால்களை மடக்கி, உள்ளங்கைகள் வெளியே தெரியும்படிக் கைகளை முழங்கால்களின் மீது வைத்து, ஐந்து போதிசத்துவர்களின் மந்திரத்தை ஜபிக்கத் தொடங்கினாள். அவளுடைய மனம் இன்னமும் கொந்தளித்தபடியே இருந்தது. அவளுடைய கைகள் நடுங்கியவாறே இருந்தன. அவளுக்கு தர்ம சங்கடமாகவும் அவமானமாகவும் இருந்தது. தனக்குள் இருந்த பதற்றத்தைத் தணிக்கப் பாதங்களை முழங்கால்களுக்குள் அழுத்திப் புதைத்துக்கொண்டாள். கொம்புகள் மீண்டும் முழங்கிய போது தான் இன்னும் தியான நிலைக்குள் போகவில்லை என்பதை அவள் உணர்ந்தாள். தன்னுடைய அகதேவியைப் பிரசன்னமாக வேண்டிக் கொள்வதற்காக தாரா மந்திரத்தை அவள் ஜபிக்கத் தொடங்கினாள். ஆனால், அதன் வார்த்தைகள் ஒழுங்கற்ற வரிசையில் வந்தன.

இப்பொழுது தாமதப்படுத்த முடியாத அளவுக்கு நேரம் நெருங்கி விட்டிருந்தது. அவள் கண்களைத் திறந்து பார்த்தபொழுது லப்ரங்

சந்த்ஸோ தன்னுடைய ஆடைகளைக் களைந்து அவளை நோக்கி நடந்து வந்துகொண்டிருப்பதைப் பார்த்தாள். இறைஞ்சும் கண்களோடு அவனை அவள் பார்த்தாள். பிறகு அச்சத்தில் மெய்விதிர்க்க, தன்னை அவன் அந்தக் கடினமான மெத்தையின் மீது தள்ளிவிடுவதை சகித்துக்கொண்டாள். தொடைகளுக்கு இடையில் சுரீலென்று ஒரு வலி பரவுவதை அவள் உணர்ந்தாள். மூச்சுத்திணற வைக்கும் ஒரு உடற்சுமை அவளை அழுத்திக்கொண்டிருப்பதையும் உணர்ந்தாள். சில மணி நேரத்துக்கு முன்பாகத் தன்னுள் விழித்தெழுந்திருந்த பெண்மை படிப்படியாக, நார்நாராய்க் கிழிபடுவதாக அவளுக்குத் தோன்றியது.

அவளுக்கிருந்த வலி சற்றே குறைந்திருந்தது. முதுகிலும் கழுத்திலும் வியர்வை பெருகியிருந்ததை அவள் உணர்ந்தாள். அவள் மீது முன்னும் பின்னுமாக லப்ரங் சந்த்ஸோ அசைய, அசைய அதற்குத் தகுந்தாற்போல், அவளும் அசைந்தும், புரண்டும் ஈடுகொடுத்துக் கொண்டிருந்தாள். தான் ஒரு கருந்துளைக்குள் மிதந்துகொண்டு இருப்பதைப் போல அவளுக்குத் தோன்றியது. அவ்வப்பொழுது, அவளுடைய தொடைகளுக்கு உள்ளே அரிப்பெடுப்பதைப் போன்ற உணர்வு பரவிக்கொண்டிருந்தது. அந்தக் கருந்துளைக்குள்ளே அவள் எப்படியும் தனியாகவே இருப்பதை அவளால் உணர முடிந்தது. இந்த உணர்ச்சி அவளுக்குக் கண நேர அமைதியைத் தந்தது.

தான் ஈருடல் இணைப்புச் சடங்கை நிகழ்த்திக் கொண்டிருக்கிறோம் என்று திடீரென்று அவளுக்கு உறைத்தது. அவளும் லப்ரங் சந்த்ஸோவு மாகச் சேர்ந்து ஞான காருண்ய இணைப்பைச் சாதிக்க வேண்டும் என்றால் தனக்குள் பொதிந்திருக்கும் சக்கரங்களை அவள் விழித்தெழச் செய்ய வேண்டும் என்பது அவள் நினைவுக்கு வந்தது. ஆனால், ஞானச் சக்கரத்தை அவளுடைய ஆன்மசக்தி நெருங்க முயலும் போது லப்ரங் சந்த்ஸோ அவளுடைய கால்களைப் பிடித்துத் தூக்கி அவளுடைய வலதுகாலைத் தன்னுடைய இடுப்பில் சுற்றி வளைத்து உடல் அதிர உலுக்கினான். அவளுடைய மனம் தன்வசத்தை இழந்தது.

ஒரு காந்தத்தைப் போல் லப்ரங் சந்த்ஸோ அவளைத் தொற்றிக் கொண்டு, அவளுடைய எலும்புகளிலிருக்கும் சக்தியனைத்தையும் உறிஞ்சிக்கொண்டிருக்கையில் தான் வாடி வதங்கி உதிர்வதைப் போல அவள் உணர்ந்தாள். இறுதியில் அவள் தரையில் சரிந்து விழுந்தாள். அவளால் வேறேதும் செய்யமுடியவில்லை. அவனுடைய இஷ்டத்திற்கு லப்ரங் சந்த்ஸோ அவளை ஆட்டுவிப்பதை சாங்சாங் தாஷியால் தடைசெய்ய முடியவில்லை. அவன் மீண்டும் பத்மாசன

நிலையில் அமர்ந்து அவளைப் பற்றியிழுத்தவுடன் அவனுடைய மடிமீது அவள் தளர்ந்து விழுந்து சுவரோவியங்களில் காணப்படும் தாகினிகளைப் போல அவனுடைய பின்புறத்தைக் கால்களால் பின்னிப் பிணைந்துகொண்டாள். விடியற்காலையில் மலர்போல் பூத்திருந்த அவளுடைய மார்பகம் இப்பொழுது வயோதிகப் பெண்களுக்கிருப்பதைப் போல் கசங்கி, வாடிவதங்கி, உலர்ந்து போயிருந்தது. அவளுடைய பூப்பெலும்பின் கீழ் உண்டாகியிருந்த வலி மேலெழுந்து இடுப்பு, முதுகுத்தண்டு என்று பரவிக்கொண்டிருக்க, சாங்சாங் தாஷிக்கு மூச்சிரைத்தது.

அவள் மெல்லக் கண்களைத் திறந்தாள். அந்த அரங்கம் முழுக்க சூரிய ஒளி நிறைந்திருந்தது. சாம்பிராணிப் புகை கருத்த மேகங்களாய் மினுமினுத்து அவளைச் சூழ்ந்திருக்க, சாக்யமுனி புத்தரின் வதனத்தில் ஒரு பொன்முறுவல் தவழ்வதை அவள் கண்ணுற்றாள். லப்ரங் சந்த்ஸோவின் துர்நாற்றமடிக்கும் வாயைத் தவிர்க்க தலையை அப்புறமாகத் திருப்பிக்கொண்டாள். கடலெனக் குவிந்திருந்த மழித்த தலைகளுக்கு மத்தியில் கெலக் பல்ஜோர் இருப்பதை அவள் கண்டுகொண்டாள். மீண்டும் விரைவாகக் கண்களை மூடி லப்ரங் சந்த்ஸோவின் மார்பில் முகம் புதைத்துத் தாடைகளை இறுக்கிக் கொண்டாள்.

அதிகாரமளிப்புச் சடங்கு முடியும் போது நண்பகலாகியிருந்தது.

சாங்சாங் தாஷி உறக்கத்திலிருந்து விழித்த போது, நான்கு கால்களில் மண்டியிட்ட நிலையில் இருக்கும் ஒரு நாயைப் போல அந்தக் கடினமான மெத்தைகளின் மீது தானிருந்ததைக் கண்டாள். இன்னமும் அவள் மேனி நடுங்கிக்கொண்டுதான் இருந்தது. உடல் முழுவதும் வியர்வையில் ஊறியிருந்தது. அவளுடைய சிந்தனை திடீரென்று மரணத் தருவாயில் இருக்கும் அவளுடைய தாயின் மீது தாவியது.

இரண்டு கன்னிகாஸ்திரீகள் அவளிடம் நடந்து வந்து, அவளை எழுப்பி நிற்க வைத்து, ஒரு பொற்கிண்ணத்திலிருந்து நீரை எடுத்து அவளுடைய உடலின் மீது படிந்திருந்த வியர்வையையும் குருதியையும் துடைத்துவிட்டனர். அவள் கிட்டத்தட்ட முடக்குவாதம் வந்தவளைப் போல செயலற்றுப் போயிருந்தாள். அவளுடைய கால்கள் இரண்டும் முழுதாய் மரத்துப் போயிருந்தன.

எப்படியோ தட்டுத்தடுமாறி அவள் எழுந்து நின்றவுடன், கொம்புகள் யாவும் ஒன்றிணைந்து முழங்கின. காற்றில் சாம்பிராணிப் புகையும் வேதகோஷங்களும் நீக்கமற நிறைந்திருந்தன. அந்தப்

பொற்கிண்ணியை கடவுள்களுக்கான படையல் போல் மண்டலக் கோலத்தில் வைத்துவிட்டார்கள். மீண்டும் தன்னுடைய அங்கிகளை அணிந்துகொண்டு தான் முன்னர் வீற்றிருந்த முடைந்த பாயின் மீது லப்ரங் சந்த்ஸோ சென்று அமர்ந்துகொண்டான். அவனுடைய கன்னங்கள் சிவந்து ஒளிர்ந்துகொண்டிருந்தன. அந்தச் சடங்கு முடியக் காத்திருந்த வேளையில் சாங்சாங் தாஷியின் கால்கள் வெடவெடத்துக் கொண்டிருந்தன. தேர்ச்சி பெற பல ஆண்டுகள் பிடித்த யோகத் திறமைகள் யாவற்றையும் சில மணி நேரத்தில் தான் இழந்துவிட்டதை நினைத்து அவள் சஞ்சலமடைந்தாள். ஆனால், தான் ஒரு பெண் எனும் நினைப்பு, ஒவ்வொரு உயிரணுவிலும் தான் ஒரு பெண் எனும் புலனறிவு இப்பொழுது அவளுக்கு எந்தவிதமான திகைப்பையும் ஏற்படுத்தவில்லை.

அந்த உறைநதியின் மீது இருந்த இரண்டாம் நாளில் சாங்சாங் தாஷி இறந்து போனாள். தன்னுடைய பௌத்த இயற்கையை மேலோங்கச் செய்வதற்கு முன்பாக அவள் மூன்று நாள்களுக்கு உறைநதியில் அமர்ந்து தியானம் செய்யவேண்டும் என்பது சம்பிரதாயம். மூன்று மதகுருக்கள் முறைபோட்டு அவளைக் காவல்காத்து வந்தனர். அவளுடைய கழுத்துக்கு மேலெழும் உறைபனியை அவர்கள் உடைத்து எடுத்தவாறு இருந்தார்கள். தன்னுடைய உடலுக்குள் அக்னியை வரவழைக்க ஒரு பிரார்த்தனையை அவள் ஜபிக்க முற்பட்டாள். கடந்தகாலத்தில் நல்ல பலனளித்த இந்தப் பிரார்த்தனை இப்பொழுது உறைநிலையில் இருக்கும் வெப்பநிலையில் அவளைக் காக்கத் தவறிவிட்டது.

மூன்றாம் நாளில், விடியலுக்குச் சற்று முன்பாக, சடங்குகளின் மதகுருவான சுங்மா, தான் குளிர்காய்ந்துகொண்டிருந்த அக்கினிக் கூம்பை விட்டு விலகி பனியினூடே நதியின் விளிம்புக்கு நடந்து சென்று பார்த்தார். அங்கே நதியின் பரப்புக்குக் கீழே சாங்சாங் தாஷியின் உடல் மூழ்கியிருந்ததைக் கண்டார். அவளை வெளியே இழுத்துப்போட்ட போது அவளும் பனியைப் போலவே ஒளி ஊடுருவும் படிகம் போல் மாறிவிட்டிருப்பதைப் பார்த்தார். அவளுடைய முழங்கால்ப் பகுதியில், மீன் அவளைக் கடித்திருந்த இடத்தில் இரத்தத்தின் சுவடே இல்லை. ஒளியின் ஜ்வாலையை நினைத்து அவள் தியானம் மேற்கொள்ளும் போது பாதி திறந்த நிலையில் இருப்பதைப் போலவே இப்பொழுதும் அவளுடைய

கண்கள் பாதி திறந்த நிலையில் இருந்தன.

பொழுது விடிந்தவுடன், தன்னை வெளிப்படுத்திக் கொண்டுள்ள வாழும் புத்தரை வாழ்த்தித் துதிக்க மதகுருமார் கூட்டம் ஒன்று அங்கே வந்து சேர்ந்தது. அவர்கள் அனைவருமே பகட்டான வைபவ அங்கிகளை உடுத்திருந்தார்கள். அவர்கள் ஓட்டிவந்த குதிரைகள்கூட வண்ணப்பட்டால் போர்த்தப்பட்டிருந்தன. வாழும் புத்தர் உயிரோடு இருக்கிறாரா இல்லையா என்பது அவர்களுக்கு ஒரு பொருட்டாகவே இல்லை. ஆனாலும் கூட, சாங்சாங் தாஷியின் உடலைப் பார்த்தவுடன் அதைச்சுற்றி நின்று திகைப்பை வெளிக்காட்டாமல் இருக்க அவர்களால் முடியவில்லை. பனியில் உறைந்த நிலையில் அவள் மல்லாக்கப் படுத்திருந்தாள்.

மென்மையான ஒளியால் குளிர்ச்சியான கதிரவனின் கதிர்கள் அவளைக் குளிப்பாட்டிக்கொண்டிருந்தன. படிகம் போல் தோன்றிய அவளுடைய அங்கத்துக்குள் உறுப்புகள் மிதந்தவாறிருந்ததை அவர்கள் ஒவ்வொருவரும் வெறித்துப் பார்த்தபடி இருந்தனர். எப்படியோ கரம்பியபடி அவளுடைய மேனிக்குள் புகுந்திருந்த சிறு மீனொன்று அவளுடைய குடலுக்குள் இப்படியும் அப்படியுமாக நீந்திக்கொண்டிருந்தது.

சாங்சாங் தாஷியின் கபாலத்திலிருந்து கடையப்பட்டிருக்கும் ஒரு கோப்பை இப்பொழுது என்னுடைய மேஜை மீது அமர்ந்திருக்கிறது. இதை என்னிடம் விற்றவன் மன்ரின்பா மருத்துவக் கல்லூரியில் சூன்யமும் மாந்ரீகமும் பயின்ற தன்னுடைய தாத்தாவிடமிருந்து அதைப் பரம்பரைச் சொத்தாகப் பெற்றதாகக் கூறினான். இந்தக் கபாலக் கோப்பை டென்ப்பா மடாலயத்தின் மிகவும் விலை மதிப்பற்ற சடங்குப்பொருளாக இருந்த ஒன்றாம். பிரதான கோவிலில் காட்சிக்கு வைக்கப்பட்டு மிக முக்கியமான அதிகாரமளிப்புச் சடங்கின் போது மட்டுமே அது பயன்படுத்தப்படுமாம். கால மாற்றத்தில் அந்த மண்டையோடு பழுப்பேறியிருந்தது. அதன் இடப்பக்கம் லேசாய் விரிசல் கண்டு அந்த விரிசலின் மீது அழுக்கு அப்பிக்கொண்டிருந்தது. அனேகமாக அது ஏதோ ஒரு காலகட்டத்தில் கீழே விழுந்திருக்க வேண்டும். இதய நோயறியும் இயந்திரப் பதிவுபோல ஒரு மெல்லிய கோடு கபாலத்தின் குவிமாடத்தின் மீது மேலும் கீழுமாய் வளைந்து ஓடிக்கொண்டிருந்தது. எனக்கு நண்பராக இருக்கும் ஒரு

மருத்துவரின் கூற்றுப்படி, அப்பொழுதுதான் பூப்பெய்தி இருக்கும் ஒரு பெண்ணின் கபாலம் அது என்பதையே இந்த மெல்லிய கோடு குறிக்கிறது. வேலைப்பாடு மிகுந்த பித்தளைப் பட்டயத்தகடுகளால் அந்தக் கபாலத்தின் வெளிப்புறம் அலங்கரிக்கப்பட்டிருந்தது. அதன் உள்புறத்தில் பொன்முலாம் பூசப்பட்டிருந்தது.

அதை என்னிடம் விற்றவன் அதற்கு ஐந்நூறு யுவான் வேண்டும் என்று கேட்டான். ஆனால் அவனை நான் நூறு யுவானுக்குப் படிய வைத்தேன். இதை என்னிடமிருந்து யாரும் வாங்கிக்கொள்ள விரும்பினால் தொடர்புகொள்ளுங்கள். என்ன விலையானாலும் நான் தந்துவிடுகிறேன். என்ன, நான் வடகிழக்குப் பிராந்தியத்துக்குப் பயணம் செய்த செலவைச் சரிக்கட்டும் அளவுக்கு அது இருந்தால் போதும்.

●

பின்னுரை

வேட்டையாடப்படும் விலங்கு எவ்வளவு முடியுமோ அவ்வளவு தூரத்துக்கு ஓடிப்பார்க்கும். எவ்வளவு தொலைவுக்கு அது போகிறதோ, அந்த அளவுக்கு அது பாதுகாப்பாக இருப்பதாக உணர்கிறது. சீன அதிகாரவர்க்கத்திடமிருந்து தப்பி ஓடிய மூன்றாண்டுகள் கழித்து 1985ஆம் ஆண்டில், ஒருவழியாய் நான் திபெத்தை நோக்கிப் புறப்பட்டேன். அந்த நேரத்தில் திபெத்தியப் பீடபூமிதான் என் கற்பனைக்கெட்டிய தூர தேசம். சீனாவின் நெரிசல் மிகுந்த சமவெளிகளைக் கடந்து திபெத்தின் தூய உயரங்கள் நோக்கிப் பேருந்து கிளம்பியதும் நான் நிம்மதிப் பெருமூச்சுவிட்டேன். ஆன்மாவைத் தொலைத்த சமூகமாகச் சீனா மாறிப்போய்விட்ட நிலையில், ஒரு வழியாகத் திபெத்தில் நான் அடைக்கலம் தேடிக்கொள்ள முடியும் என்று நம்பினேன். மாறுபட்ட நிலக்காட்சியும், கலாச்சாரமும் கொண்ட பூமிக்குத் தப்பியோடிவிட நான் விரும்பினேன். அத்தோடு நான் கொண்டிருந்த பௌத்த நம்பிக்கைக்கு உரமூட்டும் வகையான ஆழ்நிலை வெளிச்சத்தை அங்கே காணலாம் என்றும் நம்பினேன்.

ஆனால், நான் லாசாவை அடைந்த போது அந்த நகரம் முற்றுகைக்குள்ளாகியிருப்பதைக் காண நேர்ந்தது. 1950 ஆம் ஆண்டில் திபெத்தை சுதந்திர நாடென்று அறிவித்திருந்த சீன அரசாங்கம் திபெத் எனும் சுயாட்சிப் பகுதியின் இருபதாம் ஆண்டு நிறைவு விழாவைக் கொண்டாட முன்னேற்பாடுகளைச் செய்துகொண்டிருந்தது. நகரெங்கும் ஆரவார இசை முழங்கிக்கொண்டிருந்த போதும், சூழல் என்னவோ பதற்றம் மிகுந்துதான் காணப்பட்டது. சீன ஆக்கிரமிப்பாளர்கள் பால் திபெத்தியர்களுக்கு இருந்த பகைமையை யாருமே உணர்ந்துவிடக்கூடிய விதத்தில் சூழல் நிலவியது. இராணுவ

அணிவகுப்பில் பங்குகொள்ளவோ தெருவோரங்களில் நின்று கொடி அசைக்கவோ அரசால் தேர்ந்தெடுக்கப்பட்ட சிறிய மக்கள் குழுவைத் தவிர வேறு யாருமே தெருவில் நடமாட அனுமதிக்கப் படவில்லை.

இரண்டாம் நாளிரவில், அடைபட்டே கிடக்கச் சகியாமல், காலாற நடந்துவரலாம் என்று நள்ளிரவில் வெளியே கிளம்பினேன். ஆனால் உள்ளூர்க் காவல்துறையால் உடனடியாகக் கைதுசெய்யப் பட்டேன்.

முற்றுகை நீக்கப்பட்ட பிறகு, உள்ளூர் வானொலி நிலையத்துக்கு வெளியே இருந்த சுவர்களில் பிரச்சார கோஷங்களை எழுதும் பணியில் சேர்ந்தேன். ஓரளவுக்குப் பணத்தைச் சேமித்த பிறகு கிராமப்புறத்தை நோக்கிப் புறப்பட்டேன். காண நேர்ந்த விஷயங்கள் என்னை ஒரே சமயத்தில் ஈர்ப்பாகவும் பதற்றமும் அடையச் செய்தன.

தொலைவிலிருந்து பார்க்கும் போது, அந்த உயர்ந்த பீடபூமியின் பாழ்நிலை மதிமயக்கம் ஏற்படுத்துவதாக இருந்தது. ஆனால், நாட்கணக்காக அதனூடே குறுக்கும் நெடுக்கும் போய்வந்த பிறகு அதனுடைய வெறுமை என்னைக் கதிகலங்க வைத்தது. யதார்த்தம் பற்றிய அனைத்துப் புலனறிவையும் இழந்து, ஏதோ நினைவிழந்த நிலையில் நடப்பவனைப் போல் பயணம் செய்துகொண்டிருந்தேன். குறைந்த காற்றழுத்தம் கொண்ட பூமியின் அந்தப் பிரதேசத்தில் உண்மையையும், கற்பனையையும் பிரித்துணர்வது மிகவும் கடின மான செயலாகத் தோன்றியது. பௌத்த தெய்வங்களின் காட்சிகளும் வீட்டு நினைவுமாகக் கலந்துகட்டி என்னுடைய மனம் வதைபட்டுக் கொண்டிருந்தது.

மேய்ச்சல் வெளிகளில், விண்மீன்களுக்கடியில் படுத்து உறங்கியோ, அல்லது நாடோடிகளோடு கூடாரத்தில் இடத்தைப் பகிர்ந்து கொண்டோ வாழ்க்கையை ஓட்டிக்கொண்டிருந்தேன். கிராமப் புறங்களில் குப்பைகூளமும், தூசுமாய் இருந்த தெருக்களில் படுத்துறங்கினேன். சீனாவில் பார்த்த கீழ்நிலை வறுமையைவிடவும் மோசமான ஏழ்மையை திபெத்தில் கண்டேன். தாங்கவியலாத இன்னல்கள் எந்த அளவுக்கு மனிதாபிமானத்தை அழித்துவிடும் என்பதை நான் உணர்ந்துகொண்ட பிறகு இயற்கையோடு இயைந்த எளிய வாழ்வு எனும் இனிய லட்சியம் தகர்ந்து போனது. திபெத்தியர் என்னை அலட்சியமாகவோ அல்லது இகழ்ச்சியோடோதான்

பார்த்தார்கள். சிலநேரங்களில் அவர்கள் என்மீது கல்கூட எறிந்திருக் கிறார்கள். எவ்வளவுக் கெவ்வளவு திபெத்தையும் சீன ஆட்சி அந்த தேசத்தின் மீது விளைவித்திருக்கும் சேதத்தையும் கண்ணுற்றேனோ, அந்த அளவுக்கு அவர்களுடைய கோபத்தை என்னால் புரிந்துகொள்ள முடிந்தது. எனக்கு எவ்வித உரிமையுமில்லாத உலகின் ஒரு பகுதியில் நடமாடிக்கொண்டிருப்பதாக, வாழ்க்கையில் முதல் முறையாக தோன்றியது.

மதரீதியான உள்ளொளி கிட்டக்கூடும் என்ற என் நம்பிக்கையும் பொய்த்துப்போனது. தன்னுடைய ஆன்மாவின் இதயம் சிதைந்து போன பூமியாக திபெத் விளங்கியது. அங்கே ஆயிரக்கணக்கான கோவில்கள் இடிபாடுகளுக்கிடையில் கிடக்கின்றன. தப்பிப் பிழைத்த சில மடாலயங்களும் அழிக்கப்பட்ட நிலையில் அடையாள மிழந்து நிற்கின்றன. மடாலயங்களுக்கு மீண்டிருக்கும் புத்தபிக்குகளில் பெரும்பாலானோரும் பொருளாதாரக் காரணங்களுக்காகவே திரும்பி வந்திருக்கின்றனர். ஆன்மிகத் தேடலுக்காக அல்ல. கோவில்களின் வாயில்கள் எல்லாமே ஆயுதம் ஏந்திய காவலர்களால் காவல்காக்கப் படுகின்றன. 'தாய்நாட்டை நேசி, கம்யூனிஸ்ட் கட்சியை நேசி, மார்க்சிய-லெனினிசத்தைப் படி' எனும் பிரச்சார கோஷங்கள் அவற்றின் பிரகாரச் சுவர்களின் வெளிப் புறத்தில் வண்ண எழுத்து களால் வரையப்பட்டிருந்தன. இந்தப் புண்ணிய பூமியில் புத்தரால் தன்னைக்கூடக் காப்பாற்றிக்கொள்ள முடியுமென்று தோன்ற வில்லை. அப்படியிருக்க அவர் என்னைக் காப்பார் என்று எப்படி எதிர்பார்க்க முடியும்? நம்பிக்கை தகர்ந்த பிறகு எனக்குள் ஒரு வெறுமை படர்ந்தது. வெறுமையானவனாகவும் கையாலாகாதவ னாகவும் நாக்கை வெளித்தள்ளித் தனக்கு என்ன கோளாறு என்று கண்டு பிடிக்கும்படி மருத்துவரிடம் இறைஞ்சிக்கொண்டிருக்கும் பரிதாபமான நோயாளியைப் போலவும் உணர்ந்தேன்.

விதிர்விதிர்த்து ஓய்ந்த நிலையில் நான் பெய்ஜிங்குக்குத் திரும்பினேன். ஓரறை மட்டுமே இருக்கும் என்னுடைய குடிலுக்குள் என்னை அடைத்துக் கொண்டு வெறியோடு எழுதத் தொடங்கினேன். உருப்பெற்ற கதைகளின் வழியாக என்னுடைய சஞ்சலங்கள், மனக்கிலேசங்கள், விளிம்புநிலை மாந்தர் மீதும் நிராகரிக்கப் பட்டவர்கள் மீதும் நான் கொண்டிருந்த அனுதாபம், கண்மூடித் தனமான பக்தியின் மீது எனக்கேற்பட்டுவிட்ட ஏமாற்றம், விரக்தி, நாகரிகம் என்று நாம் நம்பிக்கொண்டிருப்பதை நோக்கி நாம் நடத்தும்

அணிவகுப்பைக் கண்டு நான் அடையும் துயரம் என யாவற்றையும் வெளிப்படுத்த விரும்பினேன். நான் அனுபவித்திருந்த திபெத்திய வாழ்வைப் பற்றி, கொஞ்சமும் மாற்றாமல், ஒரு யதார்த்த நிலையாகவும் ஒரு மனோபாவமாகவும் எழுத ஆசைப்பட்டேன். என்னுடைய எச்சரிக்கையுணர்வைக் கைவிட்டு, பின்விளைவுகளைப் பற்றிய எந்த யோசனையுமின்றி எழுதினேன்.

அந்தப் புத்தகத்தை எழுதி முடித்தவுடன் அதைப் பீப்பிள்ஸ் லிடெரேச்சர் (மக்கள் இலக்கியம்-People's Literature) சஞ்சிகையின் தாராளவாத, முற்போக்கு எண்ணங்கள்கொண்ட ஆசிரியர் லியு ஸின்வு என்பவருக்கு அனுப்பினேன். இரண்டு மாதங்கள் கழித்து, 1987ஆம் ஆண்டு பிப்ருவரி மாதத்திய இரட்டைச் சிறப்பிதழில் அது வெளியாயிற்று. அது பிரசுரமானதைப் பற்றி நான் அதிக அக்கறை காட்டவில்லை. ஏனென்றால், அது பிரசுரமாகுமுன்பே நான் ஹாங்காங் சென்றுவிட்டேன். என் கவனமும் வேறு பக்கம் திரும்பியிருந்தது. ஆனால் ஒருநாள் மாலைப்பொழுதில் தொலைக் காட்சியைப் பார்த்துக்கொண்டிருந்த போது பிரதான சீனாவிலிருந்து ஒளிபரப்பப்பட்ட ஒரு செய்தித் துணுக்கைக் காண நேர்ந்தது. அந்தத் தொலைக்காட்சியின் அதிகாரபூர்வச் செய்தி வாசிப்பாளர் தொண்டையைச் செருமிக்கொண்டு, 'நாக்கை நீட்டு என்னும் நூல் நம்முடைய திபெத்திய சகநாட்டவரைக் கொச்சைப்படுத்தும் ஒரு கீழ்த்தரமான, ஆபாசப் புத்தகம். நாகரிகம் மிகுந்த, வளமான, ஒன்றுபட்ட, சமத்துவ திபெத் நாட்டைக் கட்டியெழுப்ப திபெத்திய மக்கள் மேற்கொண்ட மகத்தான முயற்சிகளை எழுத்தில் சித்திரிக்க மா ஜியான் தவறிவிட்டார். இந்தக் குப்பையான, அவமானகரமான நூலில் சித்திரிக்கப்பட்டிருக்கும் திபெத்துக்கும் உண்மைக்கும் எவ்வித சம்பந்தமும் இல்லை. இந்த நூல் சித்திரிக்கும் திபெத், ஆசிரியரின் பணவெறியையும் பாலியல் வேட்கையையும் பிரதிபலிக்கும் கற்பனையே அன்றி வேறில்லை. இந்தப் புத்தகத்தை யாரும் வாசிக்க இயலாமல் தடைசெய்ய வேண்டும். எனவே பீப்பிள்ஸ் லிடெரேச்சர் சஞ்சிகையின் பிரதிகள் அனைத்துமே உடனடியாகக் கைப்பற்றப்பட்டு அழிக்கப்பட வேண்டும்' என்று வாசித்து முடித்தார்.

சீனாவில் இருக்கும் என் நண்பர்களை உடனே தொலைபேசியில் தொடர்புகொண்டு என்னதான் நடக்கிறதென்று தெரிந்துகொள்ள விரும்பினேன். என்னைப் பற்றி விசாரிப்பதற்காகக் காவல்

நிலையத்துக்கு வரச்சொல்லி அவர்களுள் பலருக்கும் தாக்கீது போய்ச் சேர்ந்திருந்தது. பீப்பிள்ஸ் லிடெரேச்சர் சஞ்சிகையின் ஆசிரியர் லியு ஸின்வு வேலையிலிருந்து நீக்கப்பட்டிருந்தார். அதிகாரபூர்வ பத்திரிகை ஊடகம் முழுக்க என்னுடைய படைப்பைக் கண்டனம் செய்யும் கட்டுரைகள் நிரம்பி வழிந்தன. சமீபமாக, 'பூர்ஷ்வா தாராளவாத'த்தின் தீமைகளுக்கு எதிரான அரசாங்கப் பிரச்சாரம் முடுக்கிவிடப் பட்டிருந்தது. அந்தப் பிரச்சாரத்தின் முதல் இலக்கிய பலிகடாவாக நானாகிப் போனேன். நாக்கை நீட்டு நூலின் கதைகளிலிருந்த அப்பட்டமான வர்ணனைகள் இதுவரை சீனாவில் பிரசுரமாகியிருந்த எந்தப் படைப்பிலும் இல்லாத அளவுக்கு எல்லை மீறியிருந்தன. ஆனால் அதைப் 'பாலியல் சரக்கு' என்று முத்திரை குத்தியதன் வாயிலாக தாங்கள் எதிர்பார்த்திராத ஆர்வத்தை நூல் மீது அரசாங்கம் கிளப்பிவிட்டிருந்தது. விரைவில், கல்லூரி மாணவர்களிலிருந்து, வாடகை மகிழுந்து ஓட்டுநர்வரை இந்த நூலின் பிரதியை எப்படியாவது கைப்பற்றத் துடித்தார்கள். அதனுடைய அச்சிடப்பட்ட விலையைப் போல் பத்து மடங்கு அதிகமாகக் கள்ளச்சந்தையில் அந்த சஞ்சிகை விற்கப்பட்டது. சில தொழில்முனைவோர் இந்த நூலின் கையெழுத்துப் பிரதிகளைக்கூட சிரமப்பட்டு உருவாக்கினர். ஒரு மாதம் கழித்து, ஸ்பெஷல் எகனாமிக் ஜோன் லிடெரேச்சர் (சிறப்புப் பொருளாதார மண்டல இலக்கியம்—*Special Economic Zone Literature*) எனும் சஞ்சிகை என்னுடைய இன்னொரு கதையை வெளியிட்டது. அந்தக் கதையும் கண்டனத்துக்கு உள்ளாயிற்று.

பெய்ஜிங்குக்குத் திரும்பி அரசாங்கத்தின் குற்றச்சாட்டுகளுக்கு நானே மறுப்புக் கூறி என்னைத் தற்காத்துக்கொள்ள ஏங்கினேன். ஆனால் என்னைக் கைதுசெய்து சிறையில் தள்ளிவிடுவார்கள் என்று எச்சரித்து, நான் எங்கிருக்கிறேனோ அங்கேயே பாதுகாப்பாக இருந்துகொள்ளும்படி நண்பர்கள் எனக்கு அறிவுறுத்தினார்கள். அதனால் நான் அதிகமாக வெளியில் தலைகாட்டாமல் என்னுடைய அடுத்த நாவலை எழுத முற்பட்டேன். ஆனாலும் நாடுகடத்தப்பட்ட ஓர் எழுத்தாளரின் வாழ்க்கை எனக்கு அவ்வளவு உவப்பாக இருக்க வில்லை. எனக்குப் பிடித்தவற்றை படித்துக்கொண்டு, எழுதிக் கொண்டு இருக்க சுதந்திரம் இருந்தபோதும், நான் தள்ளிவைக்கப் பட்டவனாகவும், தனிமைப்படுத்தப்பட்டவனாகவும் உணர்ந்தேன். ஆகவே, மறு ஆண்டில் 'பூர்ஷ்வா தாராளவாதத்துக்கு' எதிரான பிரச்சாரம் கைவிடப்பட்டதென்று செய்தி கசிந்தவுடன் உடனடியாக பெய்ஜிங்குக்குச் செல்லும் அடுத்த தொடர்வண்டியைப் பிடித்தேன்.

சீன எல்லையில் என்னை விசாரித்தார்கள். தலைநகரை அடையும் வரை சீருடையணியாத காவல்துறையினர் என்னைப் பின் தொடர்ந்தனர். ஆனால் யாருமே என்னைக் கைதுசெய்ய முயல வில்லை. என்றாலும், நான் எழுதி முடித்திருந்த நாவலைப் பிரசுரிக்க இலக்கிய நூல்கள் வெளியிடுவோரை அணுகியபொழுது, என்னுடைய அனைத்து வருங்காலப் படைப்புகள் மீதும் பொதுத்தடை உத்தரவு பிரதான சீனாவில் பிறப்பிக்கப்பட்டிருக்கிறது என்று தகவல் சொன்னார்கள்.

நாக்கை நீட்டு கதைத்தொகுப்பு முதன்முதலாக வெளியாகி இந்தப் பதினெட்டு ஆண்டுகளில் நான் எண்ணற்ற முறை சீனாவுக்குத் திரும்பியிருக்கிறேன். சில சமயங்களில் கொஞ்ச நாட்களே தங்கி இருக்கிறேன். சில வேளைகளில் சில மாதங்கள்வரை கூடத் தங்கியிருக்கிறேன். 1989ஆம் ஆண்டு நிகழ்ந்த தியானமன் சதுக்க மக்கள்திரள் படுகொலைக்குப் பிறகு, சீனாவை என்னுடைய நிரந்தரத் தாயகமாக என்றுமே ஏற்றுக்கொள்ள மனம் இடந்தரவில்லை. என்றாலும் ஏதோ ஒன்று என்னை மீண்டும் மீண்டும் இங்கே இழுத்து வருகிறது. இப்பொழுதெல்லாம் எல்லைப்புறங்களில் என்னைத் தடுத்து நிறுத்துவதில்லை. காவல்துறையும் என்னைப் பின்தொடர்வதில்லை. இனிமேலும் என்னைக் கண்காணிக்க வேண்டிய அவசியம் அரசாங்கத்துக்கு இல்லாமல் போனது. ஏனென்றால், எனக்கான குரலை மறுத்ததன் மூலம் அவர்கள் என்னைக் காணாமலாக்கிவிட்டார்கள். சீனாவில், நான் வரலாற்றில் ஒரு நொடி என்றாகிவிட்டேன். சீனாவுக்குத் திரும்பும் போதெல்லாம் கடந்தகாலத்தில் வாழ்ந்திருந்த ஒரு ஆவியைப் போல நான் உணர்கிறேன். கடைசியாக நான் இங்கே வந்திருந்தபோது, தியானமன் சதுக்கத்துக்கருகே ஒரு வாடகை மகிழுந்தில் ஏறினேன். பின்புறம் பார்க்கும் கண்ணாடி வழியாக என்னை ஓரக்கண்ணால் பார்த்த ஓட்டுநர், ‘இப்படி ஒரு சிகையலங்காரத்தோடு இருக்கும் நீங்கள் கலை சம்பந்தப்பட்டவர்தானே?’ என்று கேட்டார். என் பெயரை சொன்னவுடன், ‘மா ஜியான்? *நாக்கைக் காட்டு* என்கிற புத்தகத்தை எழுதியது நீங்கள்தானே? இல்லையா? *நாக்கை நீட்டு* என்று சொல்வதற்குப் பதிலாக *நாக்கைக் காட்டு* என்று சொல்லிவிட்டேன். மன்னிக்க வேண்டும். சரி, அதற்கப்புறமாக நீங்கள் என்ன செய்து கொண்டிருக்கிறீர்கள்? இன்னும் புத்தகங்கள் எழுதுகிறீர்களா? நீங்கள் காலமாகிவிட்டீர்கள் என்று நினைத்துக்கொண்டிருந்தேன்’ என்றார்.

இன்னமும் நான் எழுதிக்கொண்டுதான் இருக்கிறேன். ஆனால், சீனாவில் என்னுடைய புத்தகங்களுள் ஒரு சிலதே வெளியிடப் பட்டிருக்கின்றன. அவைகூட புனைபெயர்களிலேயே வெளியாகி இருக்கின்றன. அது மட்டுமல்ல. அவையும் தணிக்கைத்துறையால் பெரும் அளவில் மாற்றி எழுதப்பட்டுள்ளன. இப்போது லண்டனில் வசித்துவருகிறேன். மேலோட்டப் பார்வைக்கு என்னுடைய வாழ்க்கை பெருமளவில் மாறியிருக்கிறது. ஆனால் திபெத் நாட்டின் காடுகளில் சுற்றியலைந்த கோபம் மிகுந்த இளைஞனை நான் திரும்பிப் பார்க்கும் போது, நான் அதிகம் மாறிவிடவில்லை என்பது புலனாகிறது. நான் இன்னமும் அதே கேள்விகளையே எனக்குள் கேட்டுக்கொண்டிருக்கிறேன். வீட்டிலிருப்பதைப் போல இயல்பாக, சுதந்திரமாக இருக்க ஓரிடத்தை இன்னமும் தேடியபடிதான் இருக்கிறேன்.

மேலோட்டப் பார்வைக்கு திபெத்தும் பெருமளவில் மாறித்தான் போயிருக்கிறது. குறைந்தபட்சம் நகர்களாவது. சீனாவில் நீங்கள் பார்க்க நேரும் வேறெந்த மாசுசூழ் நகரங்களையும் போலவே, கரோகி மதுவிடுதிகள், உடலைப் பிடித்துவிடும் அழகுநிலையங்கள், பகட்டான நியான் விளம்பரப் பலகைகள் என்று லாசாவும் மிகவும் அசிங்கமான நகரமாகிவிட்டது. மக்களாட்சிக்கான கோரிக்கைகளோ பிராந்திய சுயாட்சிக் கோரிக்கைகளோ எழாமல் அடக்க, இயந்திரத் துப்பாக்கிகளையும் இராணுவ டாங்கிகளையும் விடப் பொருளாதார வளமும், மேம்பாடுமே அதிகம் பலனளிப்பவையாக இருக்கின்றன என்பதைச் சீன அரசாங்கம் கண்டுகொண்டிருக்கிறது. ஆனால், சீன ஆட்சியையும் அதிகாரத்தையும் கேள்வி கேட்கும் திபெத்தியர்கள் முன்பு போலவே கொடூரமான முறையில் நடத்தப்படுகிறார்கள். இன்றைய நிலையில், தாம் கொண்டிருக்கும் அரசியல் பார்வை களுக்காக நூற்றுக்கும் மேலான திபெத்தியர்கள் சீன சிறைச் சுவர் களுக்குள் அடைபட்டிருக்கிறார்கள்.

நான் திபெத்துக்குச் சென்று வருவதற்கு முன்பாக என்னவிதமான ரம்யமான கற்பனைகளை மனதில் வளர்த்துக் கொண்டிருந்தேனோ, அதுபோன்ற லட்சியக் கனவுகளைத் தமக்குள்ளே பகிர்ந்து கொள்ளும் மேலைநாட்டவர்களை நான் சந்தித்திருக்கிறேன். இந்தப் புவியிலேயே அமைந்திருக்கும் சொர்க்கம், வெளியே தெரியாமல் மறைந்திருக்கும் உடோப்பியா போன்றதொரு கற்பனை ராஜ்ஜியம் என்று ஒன்றிருக்கும், என்ற நம்பிக்கைக்கான அவசியம்

86 ❖ நாக்கை நீட்டு

நவீன உலகின் மீது அதிருப்தி கொண்டோர் மனதில் ஆழமாக வேர்விட்டிருப்பது போல் தோன்றுகிறது. அப்பட்டமான பேராசை மற்றும் பிடிப்புகளால் கறைபடிந்திராத, மேன்மையான, தெய்வீக மாந்தர்கள் என்று மேலைநாட்டவர் திபெத்தியர்களை லட்சியப் பிம்பங்களாக்கி வைத்திருக்கின்றனர். ஆனால் என்னுடைய தனிப்பட்ட அனுபவத்தில் நம் எல்லோரைக் காட்டிலும் கொடூர மானவர்களாகவும், ஊழல் மிகுந்தவர்களாகவும் திபெத்தியர்கள் விளங்கக்கூடிய சாத்தியங்கள் இருக்கின்றன. அவர்களை லட்சிய மாந்தர்களாக்குவது அவர்களுடைய மனிதத்துவத்தை அவர்களுக்கு மறுப்பதற்குச் சமமானது.

சீன மக்களைப் பொறுத்தமட்டில், அவர்கள் திபெத்தைப் பற்றி வேறு மாதிரியான பார்வைகளைக் கொண்டிருக்கிறார்கள். அவர்களைப் பொறுத்தமட்டில், திபெத் ஒன்றும் ஒரு ஞானார்த்த ஷாங்ரி-லா அல்ல. மாறாக, மாபெரும் சீனப் பேரரசின் வறண்ட புறக்காவல் இராணுவ முகாம் மட்டுமே அது. திபெத்தை விடுதலைப் படுத்தியது பற்றி கம்யூனிஸ்ட் கட்சி மேற்கொண்டிருக்கும் தேசியப் பிரச்சாரத்தைக் கேட்டு வளர்ந்தவர்கள் அவர்கள். எனவே தேசத்தின் ஒருமைப்பாட்டைச் சீர்குலைக்கும் எந்த விதமான நடவடிக்கையையும் அவர்கள் கடுமையாக எதிர்க்கக்கூடியவர்கள். திபெத்தில் சீனர்கள் நிகழ்த்தியுள்ள பழிதீர்ப்பு நடவடிக்கைகள் குறித்தோ, மேற் கொண்டுள்ள அழிவு வேலைகள் குறித்தோ அவர்களுக்கு எதுவுமே தெரியாது. அதேபோல், 1949ஆம் ஆண்டிலிருந்து, அரசியல் பழிவாங்கு நடவடிக்கைக்கு ஆட்பட்டும், சிறையில் அடைபட்டும், சித்திரவதைக்கு உள்ளாகியும், பஞ்சத்தில் அடிபட்டும், உத்தேசமாகப் பனிரெண்டு லட்சம் திபெத்தியர்கள் இறந்திருக்கிறார்கள் என்பதும் அவர்களுக்குத் தெரியாது. ஆனால், சீனாவிலே ஒரு பழமொழி உண்டு: ‘எது இணைந்திருக்கிறதோ அது கடைசியில் சிதறுண்டு போகும்; எது சிதறுண்டிருக்கிறதோ, அது இறுதியில் ஒன்றிணையும்.’ இந்த நம்பிக்கை கொண்டோரைப் பொறுத்தமட்டில் சீனாவிலிருந்து திபெத் பிரிந்து போவதென்பது தவிர்க்கவியலாதது. ஆனால், அது எப்போது, எவ்வாறு நடக்கும்?திபெத்தின் அலாதியான மொழி, கலாச்சாரம், வாழ்வியல் முறைகள் எனப் பலவும் தொலைக்கப் படுவதற்கு முன்பாகவே, கூடிய விரைவில், சாத்வீகமான முறையில் பிரிவினை அரங்கேறும் என்பது என்னுடைய நம்பிக்கை. சீன மக்களுக்குப் போலவே, திபெத்திய மக்களுக்கும் அவர்களுடைய தலைவிதியை அவர்களே நிர்ணயித்துகொள்ளும் உரிமை

மறுக்கப்பட்டிருக்கிறது. ஆனால், தங்களுடைய தாயகத்திலேயே அயலார் போல வாழும் கூடுதல் வதையை சகித்துக்கொள்ள அவர்கள் நிர்பந்திக்கப்பட்டிருக்கிறார்கள்.

மா ஜியான்
லண்டனிலிருந்து, 2005